SÁCH DẠY NẤU ĂN "BẮP CẢI KHỎE MẠNH VÀ KIM CHI"

Hướng dẫn về 100 loại bắp cải và kim chi giàu dinh dưỡng

BÌNH ĐỖ

Tài liệu bản quyền ©2024

Đã đăng ký Bản quyền

Không phần nào của cuốn sách này được phép sử dụng hoặc truyền đi dưới bất kỳ hình thức nào hoặc bằng bất kỳ phương tiện nào mà không có sự đồng ý bằng văn bản thích hợp của nhà xuất bản và chủ sở hữu bản quyền, ngoại trừ những trích dẫn ngắn gọn được sử dụng trong bài đánh giá. Cuốn sách này không nên được coi là sự thay thế cho lời khuyên về y tế, pháp lý hoặc chuyên môn khác.

MỤC LỤC

MỤC LỤC 3
GIỚI THIỆU 6
KIMCHI 7
   1. KIM CHI BẮP CẢI NAPA 8
   2. BẮP CẢI VÀ BOK CHOY KIM CHI 10
   3. KIM CHI TRUNG QUỐC 13
   4. KIM CHI TRẮNG 15
   5. KIM CHI CỦ CẢI 17
   6. KIMCHI NHANH VỚI DƯA LEO 20
   7. KIM CHI CHAY 22
   8. BAECHU KIMCHI (KIM CHI BẮP CẢI NGUYÊN CỦ) 24
   9. KIM CHI CỦ CẢI TRẮNG/ KKAKDUGI 26
   10. KIMCHI HẸ/PA-KIMCHI 29
   11. KIM CHI HÀNH TÂY TIÊU 31
   12. KIM CHI BẮP CẢI XANH 34
   13. KIM CHI DƯA CHUỘT MINI NHỒI 36
NẤU ĂN VỚI KIM CHI 38
   14. KIMCHI XÀO/KIMCHI- BOKKEUM 39
   15. MÌ KIM CHI 41
   16. CƠM CHIÊN KIM CHI SPA 43
   17. CHÁO ĂN SÁNG BẰNG NỒI NẤU CHẬM 45
   18. THỊT BÒ VÀ BÔNG CẢI XANH VỚI KIM CHI 47
   19. LỢN VÀ KIMCHI XÀO/KIMCHI- JEYUK 49
   20. BÁT BÒ BÍ NGÒI VÀ KIM CHI 51
   21. KHOAI TÂY CHIÊN KIM CHI 54
   22. TACOS THỊT BÒ VÀ HÀNH TÂY HÀN QUỐC 56
   23. KIMCHI JJIGAE HÀN QUỐC (MÓN HẦM) 58
   24. SÚP KIM CHI VÀ ĐẬU PHỤ 60
   25. BÁNH SỪNG BÒ KIM CHI VÀ PHÔ MAI XANH 62
   26. SALAD MÌ KIM CHI 65
   27. CÁ HỒI VÀ KIM CHI VỚI MAYO POKE 67
   28. KIM CHI CÁ HỒI POKE 69
   29. BÁT XIÊN THỊT LỢN BBQ HÀN QUỐC 71
   30. CHẢ GIÒ SINH TỐ 73
   31. RAMEN KIM CHI 76
   32. RAU HẦM LÊN MEN 78
   33. SALAD DIÊM MẠCH VÀ KIM CHI 80
   34. GUACAMOLE SINH HỌC 82
   35. SỐT KIM CHI 84
   36. KIM CHI CỦ CẢI DAIKON CẮT KHỐI 86

37. bánh xèo mặn 88
38. thịt xông khói và kim chi với thịt gà 90
39. Bò Hàn Quốc Và Kimchi Nướng Phô Mai 93
40. Burger Thịt ức Và Kimchi Hàn Quốc 95
41. Chả giò kim chi đậu nành 98
42. Ramen Kimchi Một Nồi 100
43. cơm rang Kimchi 103
44. Xiên kim chi 105
45. Quesadilla kimchi 107
46. Bánh mì nướng bơ kim chi 109
47. Đậu hủ xào kim chi 111
48. Kim chi hummus 113
49. Sushi cuộn kim chi 115
50. Trứng quỷ kimchi 117
51. Salad kim chi Caesar 119
52. Kimchi Guacamole 121
53. Bánh xèo kim chi/ Kimchijeon 123
54. Salad bắp cải sốt kim chi 125

BẮP CẢI MUỐI 127

55. Bắp cải muối cổ điển 128
56. Piccalilli 130
57. Dưa bắp cải cơ bản 132
58. Bắp cải muối chua cay châu Á 134
59. Bắp cải ngâm giấm táo 136
60. Bắp cải ngâm thì là và tỏi 138

NẤU ĂN BẰNG BẮP CẢI 140

61. Xà lách trộn bắp cải đỏ 141
62. Thịt gà Fijian Suey 143
63. Bắp cải trắng và khoai tây 145
64. Tostadas chay xanh 147
65. Nước ép củ cải và bông cải xanh 149
66. Bắp cải củ cải 151
67. Salad cầu vồng với bắp cải 153
68. Rau xanh & Salad đậu tuyết 155
69. Salad lựu đắng 157
70. Salad cá hồi mát lạnh của người yêu 159
71. Bánh tráng nấm 161
72. Salad Gnocchi Châu Á 164
73. bánh bao bắp cải 166
74. Bún xào Đài Loan 168
75. bắp cải và Bánh Edamame 170
76. Cơm Chiên Trứng Trong Cốc 172
77. Lasagna bắp cải 174

78. Okonomiyaki bắp cải Nhật Bản 176
79. Gỏi Bưởi Bắp Cải Đỏ 178
80. Gyoza bắp cải và thịt lợn 180
81. Súp hoành thánh chay 182
82. Tacos cá bắp cải 184
83. Crostini thịt lợn thăn với salad bắp cải 186
84. Bát Açaí với đào và bắp cải Microgreen 189
85. Salad trái cây và bắp cải 191
86. Salad Nhung Đỏ Với Củ Dền Và Mozzarella 193
87. Bắp Cải Và Nước Cam 195
88. Canh bắp cải rong biển chiên giòn 197
89. Gỏi Bắp Lựu 199
90. Gỏi Bò Với Quả Kỷ Tử Ngâm 201
91. Súp bắp cải củ cải 204
92. Bắp cải đỏ với hoa cúc 206
93. Bắp cải xào 208
94. Bắp cải dồn thịt 210
95. Súp bắp cải xúc xích 212
96. Salad bắp cải sốt chanh 214
97. Cà ri bắp cải và khoai tây 216
98. Bắp Cải Và Tôm Xào 218
99. Bắp cải xào nấm 220
100. Gỏi Bắp Cải Và Đậu Phộng 222

PHẦN KẾT LUẬN 224

GIỚI THIỆU

Chào mừng bạn đến với "Sách dạy nấu ăn Kimchi và bắp cải tốt cho sức khỏe" hướng dẫn cơ bản giúp bạn khám phá thế giới bắp cải giàu dinh dưỡng và nghệ thuật chế biến món kim chi thơm ngon. Cuốn sách nấu ăn này tôn vinh sự đa dạng đáng kinh ngạc của các loại bắp cải và khả năng biến đổi của quá trình lên men, cung cấp cho bạn 100 công thức nấu ăn để nâng cao trải nghiệm ẩm thực của bạn với những nguyên liệu bổ dưỡng này. Hãy tham gia cùng chúng tôi trên hành trình mang những lợi ích sức khỏe và hương vị đậm đà của bắp cải và kim chi đến bàn ăn của bạn.

Hãy tưởng tượng một căn bếp tràn ngập mùi thơm của bắp cải tươi và hương thơm cay nồng của kim chi lên men. "Sách dạy nấu ăn Kimchi và bắp cải tốt cho sức khỏe" không chỉ là một bộ sưu tập các công thức nấu ăn; đó là cuộc khám phá về các loại bắp cải đa dạng hiện có và vô số cách mà kim chi có thể cải thiện bữa ăn của bạn. Cho dù bạn là người sành kim chi hay là người mới làm quen với thế giới thực phẩm lên men, những công thức này được tạo ra để truyền cảm hứng cho bạn tận hưởng sự ngon lành của bắp cải và nghệ thuật làm kim chi.

Từ kim chi bắp cải Napa cổ điển cho đến những sáng tạo sáng tạo sử dụng bắp cải đỏ, bắp cải Savoy, v.v., mỗi công thức là sự tôn vinh sự phong phú dinh dưỡng và hương vị đậm đà mà bắp cải mang đến cho bàn ăn của bạn. Cho dù bạn đang chế biến một bữa tiệc truyền thống của Hàn Quốc, thử nghiệm các món ăn kết hợp hay đang tìm cách bổ sung thêm hương vị bổ dưỡng cho bữa ăn hàng ngày của mình, cuốn sách nấu ăn này là nguồn tài liệu tham khảo giúp bạn khám phá thế giới bắp cải và kim chi.

Hãy tham gia cùng chúng tôi khi chúng tôi đi sâu vào những lợi ích sức khỏe, hương vị và ý nghĩa văn hóa của bắp cải và kim chi, trong đó mỗi sáng tạo là một minh chứng cho tính linh hoạt và sức sống của những nguyên liệu khiêm tốn nhưng mạnh mẽ này. Vì vậy, hãy thu thập bắp cải của bạn, nắm bắt nghệ thuật lên men và bắt tay vào cuộc phiêu lưu ẩm thực thông qua "Sách dạy nấu ăn về bắp cải và kim chi tốt cho sức khỏe".

KIMCHI

1.Kim chi bắp cải Napa

THÀNH PHẦN:
- 1 bắp cải napa , cắt chéo thành khối 2 inch
- ½ củ cải daikon cỡ vừa, gọt vỏ và cắt thành từng phần tư theo chiều dọc,
- sau đó thành từng khối dày ½ inch
- 2 muỗng canh muối biển
- ½ cốc nước
- 2 củ hành xanh, thái lát dài 2 inch
- 3 tép tỏi, băm nhỏ
- 1 thìa gừng tươi bào sợi
- 1 thìa ớt bột Hàn Quốc

HƯỚNG DẪN:
a) Đặt các miếng bắp cải và daikon vào tô trộn lớn.
b) Cho muối và nước vào một bát nhỏ riêng; trộn đều để hòa tan. Đổ lên rau. Để ở nhiệt độ phòng qua đêm cho mềm.
c) Hôm sau vớt ra để ráo, chừa lại nước muối ngâm rau. Cho hành lá, tỏi, gừng, ớt bột vào hỗn hợp bắp cải rồi trộn đều.
d) Gói chặt hỗn hợp vào lọ thủy tinh ½ gallon có nắp đậy. Đổ lượng nước muối đã tiết kiệm được vào lọ, chừa lại khoảng trống 1 inch trên miệng lọ. Đóng chặt nắp.
e) Để lọ ở nơi tối, mát trong 2 đến 3 ngày (tùy thuộc vào nhiệt độ cũng như mức độ ngâm và lên men mà bạn muốn kimchi của mình). Làm lạnh sau khi mở.
f) Sẽ giữ được vài tuần trong tủ lạnh.

2. Bắp Cải Và Bok Choy Kim Chi

THÀNH PHẦN:
- 3 thìa muối biển thô, chưa tinh chế hoặc 1½ thìa muối biển mịn
- 3 cốc nước lọc, không chứa clo
- 1 pound bắp cải Trung Quốc, thái nhỏ
- chíp 3 đầu , thái nhỏ
- 4 củ cải, thái nhỏ
- 1 củ hành tây nhỏ
- 3 tép tỏi
- 1 miếng gừng 2 inch
- 3 trái ớt

HƯỚNG DẪN:

a) Trộn nước và muối biển cho đến khi muối tan hết tạo thành nước muối. Để qua một bên.

b) Cắt nhỏ bắp cải, cải chíp và củ cải. Trộn đều và cho vào một chiếc cốc hoặc bát nhỏ.

c) Đổ nước muối lên hỗn hợp rau cho đến khi ngập.

d) Đặt một chiếc đĩa vừa vặn bên trong sành hoặc bát, rồi dùng vật nặng dùng cho thực phẩm, lọ hoặc một bát khác chứa đầy nước để cân nó. Che và để yên trong ít nhất 4 giờ hoặc qua đêm.

e) Nghiền nhuyễn hành, tỏi, gừng và ớt trong máy xay thực phẩm để tạo thành hỗn hợp sệt.

f) Xả nước muối ra khỏi rau, dự trữ để sử dụng sau. Nếm thử hỗn hợp rau xem có mặn không.

g) Rửa sạch nếu có vị quá mặn hoặc thêm một chút muối biển nếu cần.

h) Trộn rau và hỗn hợp gia vị cho đến khi kết hợp hoàn toàn.

i) Gói chặt vào sành hoặc bát nhỏ, thêm một lượng nhỏ nước muối nếu cần để giữ cho rau ngập trong nước. Cân rau bằng đĩa và quả cân phù hợp với thực phẩm. (Tôi dùng một chiếc bát thủy tinh hoặc gốm nhỏ hơn chứa đầy nước muối còn lại để làm vật nặng.

j) Nếu bạn cần thêm nước muối hoặc hỗn hợp rau nở ra đến tận bát thì nó cũng chứa cùng loại nước muối đó.) Đậy nắp lại.

k) Lên men trong khoảng 1 tuần hoặc lâu hơn nếu bạn thích kim chi có vị thơm hơn.

l) Cho vào tô thủy tinh hoặc lọ có nắp đậy và để trong tủ lạnh. Dùng như món ăn kèm, đồ gia vị hoặc phủ lên cơm gạo lứt trên bún để có bữa tối nhanh chóng và ngon miệng.

3.kim chi trung quốc

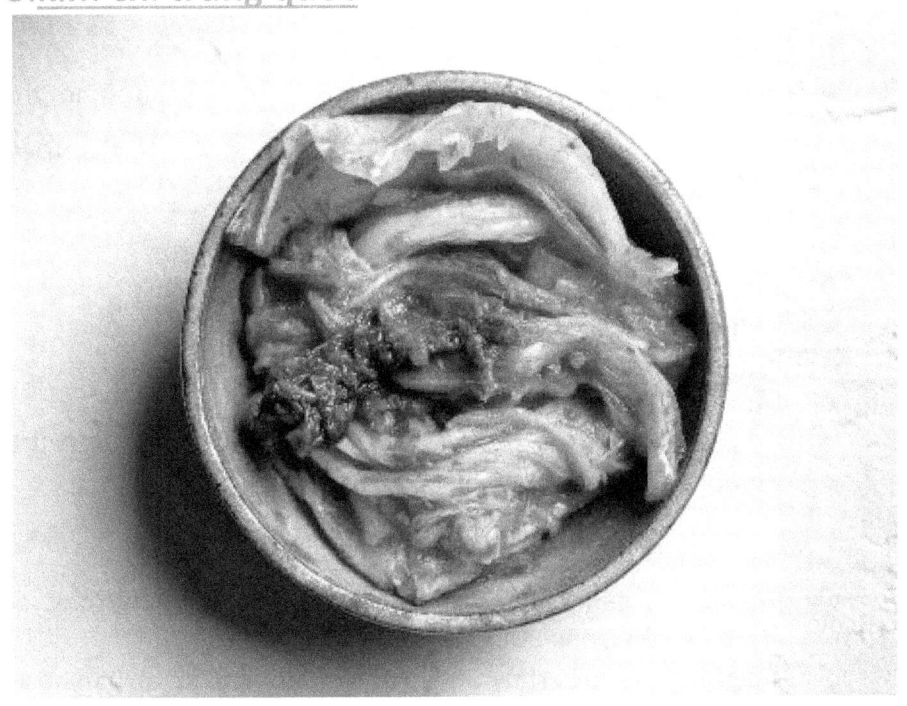

THÀNH PHẦN:
- 1 đầu bắp cải napa hoặc Trung Quốc, xắt nhỏ
- 3 củ cà rốt, bào sợi
- 1 củ cải daikon lớn, bào sợi hoặc một chén củ cải đỏ nhỏ, thái lát mỏng
- 1 củ hành lớn, xắt nhỏ
- 1/4 chén rong biển dulse hoặc nori
- 1 muỗng canh hạt tiêu ớt
- 1 thìa tỏi băm
- 1 muỗng canh gừng tươi băm nhỏ
- 1 muỗng canh hạt vừng
- 1 thìa đường
- 2 thìa cà phê muối biển chất lượng tốt
- 1 muỗng cà phê nước mắm

HƯỚNG DẪN:

a) Đơn giản chỉ cần trộn tất cả các thành phần với nhau trong một tô lớn và để yên trong 30 phút.

b) Cho hỗn hợp vào lọ thủy tinh lớn hoặc 2 lọ nhỏ hơn. Nhấn nó xuống thật chắc chắn.

c) Phủ một túi Ziploc chứa đầy nước lên trên để ngăn oxy thoát ra ngoài và giữ cho rau ngập trong nước muối.

d) Đậy nắp lỏng và để yên trong ít nhất 3 ngày. Nếm thử sau 3 ngày và quyết định xem nó có đủ vị chua hay không. Đó là vấn đề sở thích cá nhân vì vậy hãy tiếp tục thử cho đến khi bạn thích!

e) Khi đã hài lòng với hương vị, bạn có thể bảo quản kim chi trong tủ lạnh để bảo quản kim chi trong nhiều tháng nếu để được lâu như vậy!!

.

4.kim chi trắng

THÀNH PHẦN:
- 1 bắp cải Napa lớn (khoảng 2,5 pound), cắt làm tư, bỏ cuống và cắt thành khối 1 inch
- 1 củ cà rốt lớn, cắt thành dải dài 2 inch
- 1 củ cải Tây Ban Nha lớn màu đen hoặc 3 củ cải đỏ, thái hạt lựu
- 1 quả ớt chuông đỏ, bỏ hạt, bỏ lõi và thái hạt lựu
- 3 nhánh hành lá hoặc hẹ, cắt thành miếng 1 inch
- 2 quả lê, bỏ cuống, bỏ hạt và cắt thành 4 quả
- 3 tép tỏi, bóc vỏ
- ½ củ hành tây nhỏ, cắt làm tư
- Gừng tươi 1 inch
- 3 thìa muối biển mịn chưa tinh chế hoặc 6 thìa muối biển thô chưa tinh chế
- 6 cốc nước lọc

HƯỚNG DẪN:
a) Trong một tô lớn, trộn bắp cải, cà rốt, củ cải, ớt chuông và hành lá.
b) Cho lê, tỏi, hành tây và gừng vào máy xay thực phẩm rồi xay nhuyễn. Đổ hỗn hợp lê lên rau đã cắt nhỏ. Thêm muối và trộn tất cả các loại rau với nhau cho đến khi chúng được phủ đều trong nước ép lê và muối.
c) Đặt hỗn hợp rau vào một cái sành lớn và đổ nước lên trên.
d) Đặt một chiếc đĩa vừa vặn bên trong sành để đậy rau và giữ chúng ngập nước.
e) Đặt các vật nặng an toàn thực phẩm hoặc một bát thủy tinh hoặc lọ chứa đầy nước lên trên đĩa để giữ cho rau ngập trong nước.
f) Đậy nắp và bảo quản ở nơi mát mẻ, yên tĩnh trong khoảng một tuần hoặc cho đến khi đạt được độ thơm như mong muốn.
g) Chuyển vào lọ hoặc bát, đậy nắp và để trong tủ lạnh, nơi kim chi có thể để được đến một năm.

5.Kim chi củ cải

THÀNH PHẦN:
- 2 pound củ cải Hàn Quốc (mu), gọt vỏ và cắt thành khối 1 inch
- 2 muỗng canh muối biển thô
- 2 tép tỏi, băm nhỏ
- 1 thìa cà phê gừng, nạo
- 2 muỗng canh ớt đỏ Hàn Quốc (gochugaru)
- 1 muỗng canh nước mắm (tùy chọn, để có vị umami)
- 1 muỗng canh nước tương (tùy chọn, để tăng thêm hương vị)
- 1 thìa đường
- 4 củ hành xanh, xắt nhỏ
- 1 củ cà rốt nhỏ, thái hạt lựu (tùy chọn)

HƯỚNG DẪN:

a) Đặt các khối củ cải vào tô trộn lớn. Rắc muối lên củ cải và đảo đều cho muối ngấm đều. Để chúng ngồi trong khoảng 30 phút để giải phóng độ ẩm.

b) Rửa sạch các khối củ cải dưới nước lạnh để loại bỏ lượng muối dư thừa. Xả sạch và chuyển chúng vào một cái bát khô, sạch.

c) Trong một bát riêng, trộn tỏi băm, gừng xay, ớt đỏ Hàn Quốc, nước mắm (nếu dùng), nước tương (nếu dùng) và đường. Trộn đều để tạo thành một hỗn hợp giống như bột nhão.

d) Thêm bột nhão vào các khối củ cải và đảo đều để gia vị phủ đều lên củ cải. Thêm hành lá và cà rốt (nếu dùng) và trộn mọi thứ.

e) Gói chặt hỗn hợp củ cải đã tẩm gia vị vào lọ thủy tinh sạch, ấn xuống để loại bỏ túi khí. Để lại khoảng một inch khoảng trống ở trên cùng.

f) Đậy nắp lọ nhưng không đậy kín để khí thoát ra ngoài trong quá trình lên men. Đặt lọ ở nơi tối, mát mẻ, như tủ hoặc tủ đựng thức ăn, và để lọ lên men trong 2 đến 5 ngày. Kiểm tra kim chi hàng ngày và dùng thìa sạch ấn xuống để củ cải chìm trong chất lỏng sẽ hình thành.

g) Nếm thử kimchi sau 2 ngày để kiểm tra mức độ lên men mà bạn mong muốn. Nếu nó đã có hương vị thơm và hơi chua mà bạn thích, hãy chuyển lọ vào tủ lạnh để làm chậm quá trình lên men. Nếu không, hãy tiếp tục lên men thêm vài ngày nữa cho đến khi đạt được hương vị mong muốn.

h) Kim chi củ cải có thể được thưởng thức ngay lập tức nhưng nó sẽ tiếp tục phát triển hương vị khi lên men trong tủ lạnh. Nó có thể được lưu trữ trong tủ lạnh trong vài tuần.

6.Kimchi Nhanh Với Dưa Leo

THÀNH PHẦN:
- 2 quả dưa chuột, thái lát mỏng
- 1 muỗng canh muối biển
- 1 muỗng canh gừng xay
- 2 tép tỏi, băm nhỏ
- 2 muỗng canh giấm gạo
- 1 thìa đường
- 1 muỗng canh ớt đỏ Hàn Quốc (gochugaru)

HƯỚNG DẪN:

a) Trộn các lát dưa chuột với muối biển và để yên trong 30 phút. Xả nước thừa.

b) Trong một cái bát, trộn gừng, tỏi, giấm gạo, đường và ớt đỏ để tạo thành hỗn hợp kim chi.

c) Phủ các lát dưa chuột với hỗn hợp sệt và đóng gói vào lọ. Làm lạnh ít nhất 2 giờ trước khi phục vụ.

7.Kim chi chay

THÀNH PHẦN:
- 1 bắp cải Napa cỡ vừa
- 1 chén củ cải Hàn Quốc (mu), thái sợi
- 1/2 chén muối biển thô Hàn Quốc
- 1 muỗng canh gừng xay
- 4 tép tỏi, băm nhỏ
- 3 muỗng canh nước tương
- 2 thìa đường
- 1 muỗng canh ớt đỏ Hàn Quốc (gochugaru)

HƯỚNG DẪN:

a) Cắt bắp cải Napa thành từng miếng vừa ăn và thái sợi củ cải Hàn Quốc.

b) Trong một tô lớn, rắc bắp cải và củ cải với muối biển thô Hàn Quốc. Quăng đều để đảm bảo lớp phủ đều. Hãy để nó ngồi trong khoảng 2 giờ, thỉnh thoảng quay.

c) Rửa kỹ bắp cải và củ cải dưới nước lạnh để loại bỏ lượng muối dư thừa. Xả và đặt sang một bên.

d) Trong một bát riêng, trộn gừng xay, tỏi băm, nước tương, đường và ớt đỏ Hàn Quốc (gochugaru) để tạo thành hỗn hợp sệt.

e) Phủ hỗn hợp lên bắp cải và củ cải, đảm bảo chúng được phủ đều.

f) Chuyển hỗn hợp vào hộp sạch, kín khí, ấn xuống để loại bỏ bọt khí. Để lại một khoảng trống ở trên cùng để cho quá trình lên men.

g) Đậy kín hộp và để lên men ở nhiệt độ phòng trong khoảng 2-3 ngày. Sau đó, bảo quản trong tủ lạnh.

8.Baechu Kimchi (Kim chi bắp cải nguyên củ)

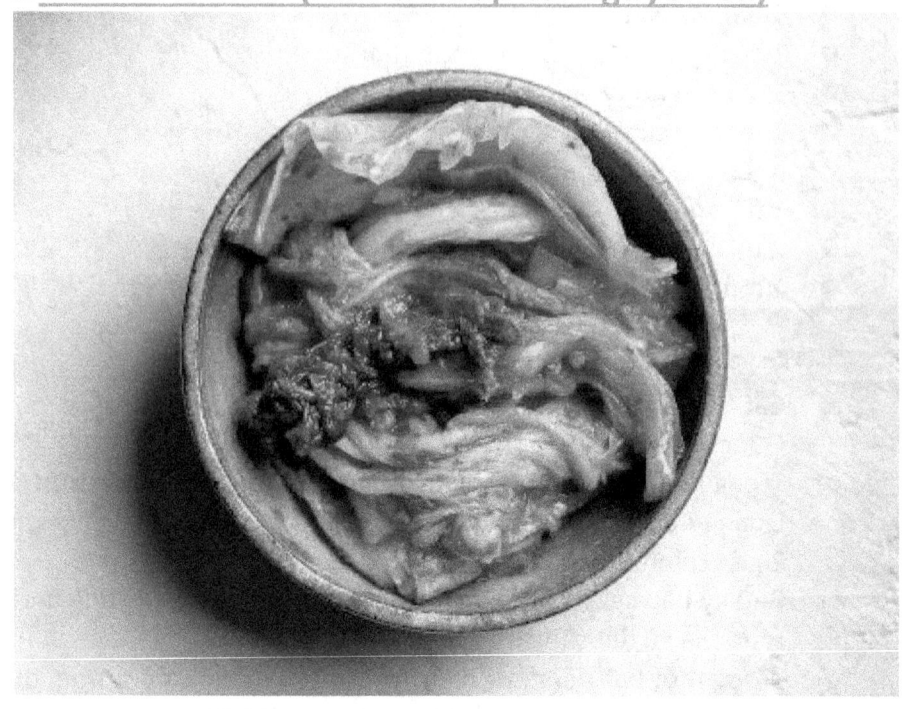

THÀNH PHẦN:
- 1 bắp cải Napa
- 1 chén củ cải Hàn Quốc (mu), thái sợi
- 1/2 chén muối biển thô Hàn Quốc
- 1 ly nước
- 1 muỗng canh gừng xay
- 5 tép tỏi, băm nhỏ
- 3 thìa nước mắm
- 2 muỗng canh nước tương
- 2 thìa đường
- 2 muỗng canh ớt đỏ Hàn Quốc (gochugaru)

HƯỚNG DẪN:
a) Cắt toàn bộ bắp cải Napa làm đôi theo chiều dọc, sau đó cắt mỗi nửa thành ba phần. Điều này sẽ dẫn đến sáu mảnh.
b) Hòa tan muối biển thô Hàn Quốc vào cốc nước. Rắc đều hỗn hợp nước muối này lên bắp cải và củ cải Hàn Quốc, đảm bảo ngập giữa các lá. Hãy để nó ngồi trong khoảng 2 giờ, thỉnh thoảng quay.
c) Rửa kỹ bắp cải và củ cải dưới nước lạnh để loại bỏ lượng muối dư thừa. Xả và đặt sang một bên.
d) Trong một bát, trộn gừng bào, tỏi băm, nước mắm, nước tương, đường và ớt đỏ Hàn Quốc (gochugaru) để tạo thành hỗn hợp sệt.
e) Phủ từng lá bắp cải và miếng củ cải bằng bột nhão, đảm bảo chúng được phủ đều.
f) Xếp các miếng bắp cải lại với nhau để tạo thành hình dạng toàn bộ bắp cải.
g) Chuyển toàn bộ bắp cải vào hộp sạch, kín khí, ấn xuống để loại bỏ bọt khí. Để lại một khoảng trống ở trên cùng để cho quá trình lên men.
h) Đậy kín hộp và để lên men ở nhiệt độ phòng trong khoảng 2-3 ngày. Sau đó, bảo quản trong tủ lạnh.

9.Kim chi củ cải trắng/ Kkakdugi

THÀNH PHẦN:
NƯỚC MUỐI
- 1,5 kg (3 lb 5 oz) củ cải trắng (daikon), củ cải đen hoặc củ cải đã gọt vỏ
- 40 g (1½ oz) muối biển thô
- 50 g (1¾ oz) đường
- 250 ml (1 cốc) nước có ga

GIA VỊ
- 60 g (2¼ oz) gochugaru bột ớt
- 110 g (3¾ oz) súp bột mì thường (đa dụng)
- ½ quả lê
- ½ củ hành tây
- 50 g (1¾ oz) nước sốt cá cơm lên men
- 60 g (2¼ oz) tép tỏi
- 1 thìa cà phê gừng xay
- 5 cm (2 inch) (phần trắng)
- ½ thìa muối biển 2 thìa đường

HƯỚNG DẪN:

a) Cắt củ cải thành từng miếng dày 1,2 cm (½ inch), sau đó chia mỗi phần thành 4 phần. Đặt chúng vào một cái bát và thêm muối biển thô, đường và nước có ga. Dùng tay trộn đều để đường và muối thấm đều. Để yên khoảng 4 giờ ở nhiệt độ phòng. Khi các miếng củ cải trở nên đàn hồi là việc ngâm nước muối đã xong. Rửa sạch miếng củ cải một lần trong nước. Để chúng ráo nước trong tối thiểu 30 phút.

b) Để làm nước xốt, trộn gochugaru vào súp bột mì lạnh (kỹ thuật chuẩn bị tương tự như đối với súp bột gạo, trang 90). Nghiền nhuyễn quả lê, hành tây và nước sốt cá cơm lên men trong máy xay thực phẩm nhỏ rồi trộn với hỗn hợp bột mì gochugaru. Nghiền nát tỏi và khuấy đều với hỗn hợp cùng với gừng xay. Cắt tỏi tây thành lát mỏng và trộn vào hỗn hợp. Kết thúc việc nêm gia vị với muối biển và đường.

c) Kết hợp các miếng củ cải với nước xốt. Cho vào hộp kín, đổ đầy 70%. Che lại bằng màng bọc thực phẩm và ấn để loại bỏ càng nhiều không khí càng tốt.

d) Đóng nắp thật chặt. Để trong 24 giờ trong bóng tối ở nhiệt độ phòng và sau đó bảo quản trong tủ lạnh tối đa 6 tháng. Hương vị của loại kim chi này ngon nhất khi được lên men kỹ, tức là sau khoảng 3 tuần.

10. Kimchi he/Pa-Kimchi

THÀNH PHẦN:
NƯỚC MUỐI
- 400 g (14 oz) hẹ tỏi
- 50 g (1¾ oz) nước sốt cá cơm lên men

GIA VỊ
- 40 g (1½ oz) gochugaru bột ớt
- 30 g (1 oz) súp bột gạo
- ¼ quả lê
- ¼ củ hành
- 25 g (1 oz) tép tỏi
- 1 muỗng canh chanh bảo quản
- ½ thìa gừng xay 1 thìa đường

HƯỚNG DẪN:

a) Rửa sạch thân cây hẹ và loại bỏ rễ. Xếp bó hẹ, củ úp xuống, vào tô lớn. Đổ nước sốt cá cơm lên lá hẹ, đổ trực tiếp lên phần dưới cùng. Tất cả các thân cây phải được làm ẩm tốt. Dùng tay giúp dàn đều nước sốt, dàn đều từ dưới lên trên. Cứ sau 10 phút, di chuyển nước sốt theo cách tương tự từ đáy bát lên trên thân cây và tiếp tục làm như vậy trong 30 phút.

b) Khuấy bột ớt vào súp bột gạo. Nghiền nhuyễn quả lê và hành tây trong máy xay thực phẩm nhỏ và nghiền nát tỏi. Trộn với súp bột gạo. Đổ hỗn hợp vào tô chứa hẹ. Thêm chanh bảo quản, gừng xay và đường. Trộn bằng cách phủ từng cọng hẹ với nước xốt.

c) Cho vào hộp kín, đổ đầy 70%. Che lại bằng màng bọc thực phẩm và ấn để loại bỏ càng nhiều không khí càng tốt.

d) Đóng nắp thật chặt. Để trong 24 giờ trong bóng tối ở nhiệt độ phòng và sau đó bảo quản trong tủ lạnh tối đa 1 tháng.

11. Kim chi hành tây tiêu

THÀNH PHẦN:
- 4 bó (khoảng 35 cọng) hành lá hoặc hành lá
- 2 muỗng canh. muối kosher
- 4 tép tỏi
- Gừng tươi 1 inch, bỏ vỏ
- 1 muỗng canh. nước mắm thuyền đỏ hoặc nước mắm khác không có bột ngọt và chất bảo quản (bỏ qua nếu bạn muốn kim chi thuần chay)
- ½ chén ớt bột thô (gochugaru)

HƯỚNG DẪN:

a) Hành lá rửa sạch, cắt bỏ rễ, gọt bỏ lớp vỏ mỏng bên ngoài và loại bỏ những phần xanh cũ hoặc hư hỏng xung quanh hành. Khi hành tây đã được sơ chế sạch sẽ, rửa sạch lại bằng nước lạnh.

b) Đặt hành tây vào đĩa thủy tinh chẳng hạn như đĩa nướng 9 x 13 inch nhãn hiệu Pyrex. Rắc muối lên hành tây. Dùng tay trộn đều muối xung quanh củ hành và để yên trong 2 giờ. Trộn hành tây sau 1 giờ. Sau 2 giờ, rửa sạch muối bằng nước lạnh và để ráo nước.

c) Cho tỏi, gừng, nước mắm vào máy xay thực phẩm rồi xay nhuyễn. Chuyển hỗn hợp vào tô vừa và thêm ớt cay. Trộn đều.

d) Trong một đĩa thủy tinh lớn khác, chẳng hạn như đĩa nướng 9 x 13 inch của thương hiệu Pyrex, thêm hỗn hợp hành tây và hạt tiêu đã rửa sạch. Cắt hành tây thành khối 2 inch. Phủ đều hành lá với hỗn hợp trên rồi trộn lại. Chuyển hành tây đã ướp trong đế kim chi vào lọ sạch hoặc bình lên men khác tùy ý.

e) Gói hành thật kỹ nhưng chừa khoảng trống khoảng 1 inch từ hành đến mép lọ.

f) Đậy từng lọ hoặc sành bằng vải thưa hoặc tấm che thoáng khí khác để giữ bụi và côn trùng xâm nhập vào quá trình lên men của bạn. Hoặc nếu lên men trong lọ, bạn cũng có thể đậy nắp lọ đóng hộp và vặn chặt vòng lại. Nếu đậy nắp lại, bạn sẽ cần phải "ợ" men hàng ngày để giải phóng mọi khí tích tụ được tạo ra trong quá trình lên men. Bảo quản ở nhiệt độ phòng, lý tưởng là từ 60°F (16°C) đến 75°F (24°C). Tránh ánh nắng trực tiếp.

g) Lên men ở nhiệt độ phòng trong 2 ngày, chuyển vào hộp kín và chuyển vào tủ lạnh. Hỗn hợp hành tây sẽ tiếp tục lên men từ từ trong tủ lạnh. Bạn có thể ăn men bất cứ lúc nào, nhưng hương vị sẽ tiếp tục thay đổi, lý tưởng là ngon nhất trong khoảng hai tuần.

12. Kim chi bắp cải xanh

THÀNH PHẦN:
- 1 công thức Dưa bắp cải xanh cơ bản, cắt thành hình vuông 2 inch
- 5 thìa nước sốt kim chi

HƯỚNG DẪN

a) Trong tô lớn, trộn muối và nước; trộn đều cho muối tan. Thêm bắp cải và ngâm trong 2 giờ.

b) Xả và loại bỏ nước từ bắp cải. Đeo găng tay để bảo vệ tay, thêm Sốt Kimchi vào và chà xát vào bắp cải.

c) Đặt hỗn hợp vào lọ thủy tinh ½ gallon và đóng chặt nắp. Để trong một ngày ở nhiệt độ phòng. Bảo quản trong tủ lạnh sau khi mở.

d) Sẽ giữ được 2 tuần trong tủ lạnh.

13. Kim chi dưa chuột mini nhồi

THÀNH PHẦN:
- 8 quả dưa chuột nhỏ
- 1 muỗng canh muối biển

HỖN HỢP
- 1 cốc củ cải daikon thái hạt lựu
- ¼ chén hành tây vàng thái sợi
- 2 củ hành xanh thái sợi
- 2 thìa sốt kim chi

HƯỚNG DẪN:

a) Cắt từng quả dưa chuột theo chiều dọc, chừa lại 1 inch ở phía dưới. Xoay và cắt theo chiều dọc một lần nữa, lại để lại 1 inch ở phía dưới không cắt. (Phần đế 1 inch giữ bốn phần tư thái lát của mỗi quả dưa chuột lại với nhau.)

b) Đặt dưa chuột vào đáy khay hoặc bát nhỏ, rắc muối vào bên trong thịt và bên ngoài dưa chuột. Đặt sang một bên trong 2 giờ ở nhiệt độ phòng.

c) Xả và loại bỏ chất lỏng từ dưa chuột.

d) Trong một bát riêng, kết hợp các thành phần nhồi và trộn đều. Sử dụng 1/8 hỗn hợp nhồi cho mỗi quả dưa chuột, lấp đầy các khoảng trống của mỗi quả dưa chuột, đặt các phần dưa chuột thật chặt vào phần nhồi.

e) Gói dưa chuột đã nhồi vào lọ thủy tinh sao cho thật khít (không nên chọn lọ sẽ để lại nhiều không khí xung quanh dưa chuột). Đậy nắp thật chặt và thưởng thức vào ngày hôm sau.

f) Sẽ giữ được 3 ngày trong tủ lạnh.

NẤU ĂN VỚI KIM CHI

14. Kimchi xào/Kimchi- Bokkeum

THÀNH PHẦN:
- 2/4 kim chi bắp cải
- 3 cm (1¼ inch) (phần trắng)
- 2 muỗng canh dầu thực vật trung tính
- 1½ thìa đường
- 1 muỗng canh dầu mè

HƯỚNG DẪN:

a) Cắt các miếng kim chi bắp cải thành dải rộng 2 cm (¾ inch).
b) Cắt nhỏ tỏi tây.
c) Phủ dầu thực vật lên chảo rán và xào tỏi tây trên lửa cao cho đến khi có mùi thơm. Thêm kim chi và đường vào chảo. Xào trên lửa vừa trong 5 đến 10 phút cho đến khi kim chi mềm một nửa. Nếu kim chi có vẻ quá khô, hãy thêm 3 muỗng canh nước trong khi nấu.
d) Tắt bếp nhưng vẫn để chảo trên bếp hoặc bếp điện. Rưới dầu mè lên rồi trộn đều.

15. mì kim chi

THÀNH PHẦN:
- 1 ½ chén kim chi
- 1 (3 ounce) gói mì ramen ăn liền hương vị phương Đông
- 1 (12 ounce) gói Thư rác, chia thành khối
- 2 muỗng canh dầu thực vật

HƯỚNG DẪN:
a) Nấu mì theo hướng dẫn trên bao bì. Đặt chảo trên lửa vừa. Đun nóng dầu trong đó. Xào các miếng thư rác trong 3 phút.
b) Khuấy mì sau khi để ráo nước và nấu thêm 3 phút.
c) Khuấy kimchee và nấu chúng trong 2 phút. phục vụ mì của bạn ấm.

16. Cơm Chiên Kim Chi Spa

THÀNH PHẦN:
- 3 muỗng canh dầu canola, chia
- ¾ cốc thư rác thái hạt lựu
- 1 chén kim chi cắt nhỏ
- 2 thìa nước ép kim chi
- 1 muỗng canh nước tương
- 1 muỗng canh gochugaru (ớt đỏ Hàn Quốc)
- 2 muỗng canh bơ không muối
- 3 ½ chén cơm trắng đã nấu chín
- 1 muỗng canh dầu mè
- 3 quả trứng

KHÔNG BẮT BUỘC:
- Hành lá cắt nhỏ
- Nori thái nhỏ (rong biển rang)
- Hạt vừng rang

HƯỚNG DẪN:

a) Đun nóng 2 thìa dầu canola trên lửa vừa cao trong chảo chống dính hoặc chảo gang.

b) Thêm Spam thái hạt lựu vào chảo và xào cho đến khi nó chuyển sang màu hơi nâu, quá trình này sẽ mất khoảng 5 phút.

c) Thêm kim chi cắt nhỏ, nước kim chi, nước tương và gochugaru vào chảo. Xào hỗn hợp này trong 5 đến 10 phút.

d) Cho bơ không muối vào chảo và khuấy cho đến khi tan chảy.

e) Cho 3 ½ chén cơm vào chảo và trộn kỹ cho đến khi toàn bộ cơm được phủ kim chi và nước sốt.

f) Nêm nếm cơm chiên cho gia vị và điều chỉnh khi cần thiết. Nếu mặn quá, bạn có thể cho thêm cơm để cân bằng hương vị.

g) Thêm dầu mè vào cơm chiên và trộn đều.

h) Tắt lửa và đặt cơm sang một bên.

i) Trong một chảo chống dính riêng biệt, đun nóng 1 thìa dầu hạt cải trên lửa vừa cao.

j) Chiên trứng đến độ chín mong muốn, tốt nhất là chiên mặt có nắng.

k) Phục vụ cơm chiên kim chi với trứng chiên và trang trí với hành lá xắt nhỏ, nori cắt nhỏ và hạt vừng nếu muốn.

l) Chúc bạn ngon miệng Cơm Chiên Kimchi Với Spam!

17. Cháo ăn sáng bằng nồi nấu chậm

THÀNH PHẦN:
- ¾ cốc (125 g) gạo thơm
- 4 cốc (940 ml) nước
- 3 cốc (705 ml) nước luộc rau hoặc thịt gà
- Gừng tươi 1 inch (2,5 cm), gọt vỏ và thái lát mỏng
- Muối Kosher và hạt tiêu đen mới xay
- 3 thìa canh (45 ml) quả bơ hoặc dầu ô liu nguyên chất, chia đều
- 6 ounce (168 g) nấm, tốt nhất là nấm cremini hoặc nấm hương, thái lát
- 6 cốc (180 g) rau bina non
- 4 quả trứng lớn
- kim chi
- Hành lá, thái lát mỏng

HƯỚNG DẪN:

a) Cho gạo, nước, nước kho, gừng và 1 thìa cà phê (6 g) muối vào nồi nấu chậm 3,5 lít (3,2 L) hoặc lớn hơn rồi khuấy đều. Đậy nắp, đặt ở mức thấp và nấu cho đến khi gạo nát và có dạng kem, khoảng 8 giờ.

b) Loại bỏ và loại bỏ gừng. Khuấy, cạo thành và đáy nồi nấu chậm. Chia cháo vào các bát.

c) Đun nóng 1 thìa canh (15 ml) dầu trong chảo lớn trên lửa vừa cao. Thêm nấm vào, nêm muối và hạt tiêu rồi xào cho đến khi mềm, khoảng 5 phút. Đổ cháo lên trên.

d) Đun nóng 1 thìa canh (15 ml) dầu trong cùng chảo trên lửa vừa. Thêm rau bina vào và nấu, thỉnh thoảng đảo đều cho đến khi héo, khoảng 2 phút. Chia rau bina vào các bát.

e) Đun nóng 1 thìa canh (15 ml) dầu còn lại trong chảo rồi chiên trứng.

f) Cho trứng vào bát cháo, rắc kim chi và hành lá.

18. thịt bò và bông cải xanh với kim chi

THÀNH PHẦN:

- 2½ thìa canh (37 ml) quả bơ hoặc dầu ô liu nguyên chất, chia đều
- 1 pound (455 g) thịt bò xay
- Muối Kosher và hạt tiêu đen mới xay
- 1½ thìa canh (23 ml) dừa aminos, chia đều
- ¼ cốc (12 g) húng quế Thái cắt nhỏ
- 16 ounce (455 g) bông cải xanh xay
- 1 cải chíp lớn (hoặc 2 cải vừa)
- 2 tép tỏi, băm nhỏ
- 1 cốc (40 g) radicchio cắt nhỏ
- 4 củ hành lá, thái lát mỏng
- kim chi
- giá đỗ
- 1 công thức Sốt Miso-Gừng (trang 23)
- Hạt mè

HƯỚNG DẪN:

a) Đun nóng ½ thìa canh (7 ml) dầu trong chảo lớn trên lửa vừa cao. Thêm thịt bò, nêm muối và hạt tiêu rồi nấu, dùng thìa gỗ bẻ thịt cho đến khi chín vàng, khoảng 6 đến 8 phút. Khuấy 1 thìa canh (15 ml) dừa aminos và nấu thêm một phút nữa. Tắt bếp và khuấy đều húng quế.

b) Trong khi đó, đun nóng 1 thìa canh (15 ml) dầu trong chảo riêng trên lửa vừa. Thêm bông cải xanh đã xay, muối và hạt tiêu vào nấu, thỉnh thoảng khuấy cho đến khi bông cải xanh hơi mềm, từ 3 đến 5 phút. Chia cho các bát.

c) Đun nóng 1 thìa canh (15 ml) dầu còn lại trong chảo, cho cải thìa vào rồi trộn đều. Thêm tỏi và một chút muối vào xào, thỉnh thoảng đảo cho đến khi tỏi héo. Khuấy ½ thìa canh (7 ml) dừa aminos còn lại và nấu thêm 1 phút.

d) Để phục vụ, hãy thêm cải chíp và radicchio vào bát cùng với bông cải xanh. Phủ thịt bò, hành lá, kim chi và giá đỗ lên trên, rưới sốt Miso-Ginger và rắc hạt vừng.

19.lợn và kimchi xào/Kimchi- Jeyuk

THÀNH PHẦN:
- 600 g (1 lb 5 oz) thịt vai lợn không xương
- 3 thìa đường
- 350 g (12 oz) kim chi bắp cải
- 10 cm (4 inch) (phần trắng)
- 50 ml (ít ¼ cốc) rượu trắng (soju hoặc gin)
- 40 g (1½ oz) nước sốt cay
- 1 muỗng canh nước sốt cá cơm lên men

ĐẬU HŨ
- 200 g (7 oz) đậu phụ cứng
- 3 muỗng canh dầu thực vật trung tính
- Muối

HƯỚNG DẪN:

a) Cắt thịt lợn thành từng lát mỏng bằng dao thật sắc. Nó có thể được đông lạnh trong 4 giờ trước khi cắt lát. Ướp các lát thịt lợn trong đường trong 20 phút. Cắt bắp cải thành dải rộng 2 cm (¾ inch). Cắt tỏi tây thành các đoạn dày 1 cm (½ inch) theo đường chéo. Trộn kim chi, rượu trắng và nước ướp cay với thịt lợn.

b) Làm nóng chảo rán trên lửa cao rồi xào hỗn hợp thịt lợn và kim chi trong 30 phút. Thêm một ít nước trong khi nấu nếu hỗn hợp có vẻ quá khô. Thêm tỏi tây và xào thêm 10 phút nữa. Nêm nước sốt cá cơm lên men.

c) Trong khi đó, cắt đậu phụ thành hình chữ nhật 1,5 cm (⅝ inch). Làm nóng chảo rán có phủ dầu thực vật. Chiên trên lửa vừa cho đến khi tất cả các mặt đều vàng đều. Dùng thìa và thìa đảo miếng đậu phụ sao cho không bị nát. Nêm muối mỗi bên trong khi nấu. Sau khi nấu xong, để đậu phụ nguội trên khăn giấy.

d) Đặt một miếng kim chi và thịt lợn lên miếng đậu phụ hình chữ nhật và cùng ăn.

20. Bát bò bí ngòi và kim chi

THÀNH PHẦN:
- ¾ cốc (125 g) gạo lứt
- 2½ cốc (590 ml) nước, chia đều
- Muối Kosher và hạt tiêu đen mới xay
- 1 cốc (110 g) cà rốt thái nhỏ
- 1 cốc (235 ml) giấm gạo
- 2 thìa canh (30ml) tamari
- 2 thìa cà phê (12 g) mật ong
- 1 thìa cà phê (5 ml) dầu mè nướng
- ¼ thìa cà phê ớt đỏ
- 1 pound (455 g) thịt bò xay
- 2 củ hành lá, thái lát mỏng
- 1 muỗng canh (15 ml) quả bơ hoặc dầu ô liu nguyên chất
- 6 cốc đóng gói (180 g) rau bina non
- 2 tép tỏi, băm nhỏ
- 8 ounce (225 g) mì bí xanh
- kim chi
- 1 công thức Sốt Miso-Gừng (trang 23)
- Hạt mè

HƯỚNG DẪN:

a) Cho gạo, 1½ cốc (355 ml) nước và một chút muối vào nồi vừa và đun sôi. Giảm nhiệt xuống thấp, đậy nắp và nấu cho đến khi gạo mềm, khoảng 40 phút. Tắt bếp và đậy nắp hấp cơm trong 10 phút.

b) Thêm cà rốt thái nhỏ vào tô vừa. Cho giấm, 1 cốc (235 ml) nước còn lại và 1 thìa cà phê (6 g) muối vào đun sôi trong nồi vừa, khuấy đều cho muối tan. Đổ chất lỏng nóng lên cà rốt; để qua một bên.

c) Đánh đều tamari, mật ong, dầu mè và ớt đỏ trong một cái bát nhỏ; để qua một bên.

d) Đun nóng chảo lớn trên lửa vừa cao. Thêm thịt bò, nêm muối và hạt tiêu rồi nấu, dùng thìa gỗ bẻ thịt cho đến khi chín vàng, khoảng 6 đến 8 phút. Khuấy hỗn hợp tamari và hành lá rồi nấu thêm 1 phút nữa.

e) Trong khi đó, đun nóng dầu trong chảo riêng trên lửa vừa. Thêm rau bina và tỏi, nêm một chút muối và hạt tiêu. Nấu, thỉnh thoảng đảo, cho đến khi héo, từ 2 đến 3 phút.

f) Xả chất lỏng từ cà rốt. Khi ăn, chia cơm và mì bí ngòi vào các bát. Phủ thịt bò, rau bina tỏi, cà rốt ngâm và kim chi lên trên. Rưới nước sốt Miso-Ginger và rắc hạt vừng.

21. khoai tây chiên kim chi

THÀNH PHẦN:
- 4 củ khoai tây lớn, cắt thành khoai tây chiên
- 2 muỗng canh dầu thực vật
- 1 chén kim chi, để ráo nước và cắt nhỏ
- ¼ cốc sốt mayonaise
- 1 muỗng canh dầu mè
- 1 muỗng canh hạt vừng
- 2 củ hành xanh, thái lát mỏng
- Muối và hạt tiêu cho vừa ăn

HƯỚNG DẪN:
a) Làm nóng lò ở nhiệt độ 425°F (220°C) và lót khay nướng bằng giấy da.
b) Trong một tô lớn, trộn khoai tây chiên với dầu thực vật, muối và tiêu.
c) Trải khoai tây chiên thành một lớp trên khay nướng và nướng trong 25-30 phút hoặc cho đến khi giòn.
d) Trong một bát nhỏ, trộn sốt mayonaise và dầu mè.
e) Lấy khoai tây chiên ra khỏi lò và chuyển chúng vào đĩa phục vụ.
f) Phủ kim chi cắt nhỏ lên trên khoai tây chiên, rưới hỗn hợp mè mayo lên trên và rắc hạt vừng và hành lá thái lát.
g) Ăn nóng và thưởng thức hương vị độc đáo của khoai tây chiên kim chi.

22. Tacos thịt bò và hành tây Hàn Quốc

THÀNH PHẦN:
- 2 thìa tương gochujang
- 1 muỗng canh nước tương
- 2 muỗng canh hạt vừng
- 2 thìa cà phê gừng tươi băm nhỏ
- 2 tép tỏi, băm nhỏ
- 2 muỗng canh dầu mè nướng
- 2 thìa cà phê đường
- ½ thìa cà phê muối kosher
- 1,5 pound (680 g) thịt bò cắt lát mỏng
- 1 củ hành đỏ vừa, thái lát
- 6 bánh ngô, hâm nóng
- ¼ chén ngò tươi xắt nhỏ
- ½ chén kim chi
- ½ chén hành lá xắt nhỏ

HƯỚNG DẪN:
a) Trộn tương gochujang, nước tương, hạt vừng, gừng, tỏi, dầu mè, đường và muối vào tô lớn. Khuấy đều để trộn đều.
b) Nhúng miếng thịt bò vào nước ướp và ấn cho ngập, sau đó đậy kín bát và cho vào tủ lạnh để ướp ít nhất 1 giờ.
c) Lấy miếng thịt bò ra khỏi nước xốt và chuyển nó vào vỉ nướng. Thêm hành tây lên trên.
d) Nướng ở 400°F (205°C) trong 12 phút.
e) Khuấy hỗn hợp trong nửa thời gian nấu.
f) Trải bánh ngô trên một bề mặt sạch sẽ, sau đó chia thịt bò chiên và hành tây lên bánh ngô.
g) Rưới ngò, kim chi, hành lá lên trên.
h) Phục vụ ngay lập tức.

23. Kimchi Jjigae Hàn Quốc (Món hầm)

THÀNH PHẦN:
- ½ pound thịt ba chỉ, thái lát mỏng
- 1 củ hành tây nhỏ, thái lát mỏng
- 3 tép tỏi, băm nhỏ
- 2 chén kim chi, cắt nhỏ, với nước ép
- 1 khối (khoảng 14 ounce) đậu phụ mềm, cắt hạt lựu
- 2 thìa gochugaru (bột ớt Hàn Quốc)
- 4 chén nước hoặc nước luộc gà không muối
- 2 củ hành xanh, xắt nhỏ (để trang trí)
- Cơm trắng (để phục vụ)

HƯỚNG DẪN:
a) Bắt đầu bằng cách đặt Instant Pot của bạn ở chức năng "Xào".
b) Thêm thịt ba chỉ thái mỏng vào xào khoảng 2-3 phút cho đến khi thịt bắt đầu chuyển sang màu nâu và tiết ra mỡ.
c) Cho hành tây thái mỏng và tỏi băm vào Instant Pot. Xào thêm 2-3 phút nữa cho đến khi hành tây trở nên trong suốt.
d) Khuấy kim chi cắt nhỏ và nước ép của nó. Xào thêm 2 phút nữa cho thấm gia vị.
e) Cho đậu phụ mềm cắt khối vào Nồi ăn liền, thao tác nhẹ tay để tránh làm đậu phụ bị gãy.
f) Rắc gochugaru (bột ớt Hàn Quốc) lên trên các nguyên liệu và trộn đều.
g) Đổ nước hoặc nước luộc gà không muối vào để ngập nguyên liệu.
h) Đóng nắp Nồi ăn liền, đảm bảo van được đặt ở chế độ "Niêm phong".
i) Chọn chức năng "Thủ công" hoặc "Nấu áp suất" ở áp suất cao và đặt trong 5 phút.
j) Sau khi chu trình nấu hoàn tất, hãy xả áp suất nhanh chóng bằng cách cẩn thận xoay van sang vị trí "Thông gió".
k) Cẩn thận mở nắp Nồi ăn liền và khuấy đều Kimchi Jjigae để đảm bảo tất cả nguyên liệu được trộn đều.
l) Jjigae ăn liền Hàn Quốc nóng hổi, trang trí với hành lá xắt nhỏ.

24. Súp Kim Chi Và Đậu Phụ

THÀNH PHẦN:
- Dầu thực vật, một muỗng canh
- Hành lá, sáu
- Kim chi, nửa cốc
- Nước luộc gà, một cốc
- Nước tương, ba muỗng canh
- Muối và tiêu, tùy khẩu vị
- Bột tỏi và gừng, một muỗng canh
- Đậu hủ một khối
- Daikon, một

HƯỚNG DẪN:
a) Đun nóng dầu trong chảo lớn ở nhiệt độ cao.
b) Nấu các phần hành lá, tỏi và gừng có màu trắng và xanh nhạt, khuấy thường xuyên cho đến khi mềm và có mùi thơm, khoảng ba phút.
c) Thêm nước dùng, sau đó cho nước tương vào.
d) Thêm daikon và đun nhỏ lửa cho đến khi daikon mềm, mười lăm phút.
e) Thêm kim chi và đậu phụ.
f) Đun nhỏ lửa cho đến khi đậu phụ nóng lên.
g) Cẩn thận chia cho các bát.
h) Súp của bạn đã sẵn sàng để được phục vụ.

25. Bánh sừng bò kim chi và phô mai xanh

THÀNH PHẦN:
- ½ khẩu phần Bột Mẹ, đã được kiểm chứng
- 105 g bột mì, để rắc [¼ cốc]
- 1 phần bơ kim chi
- 200 g phô mai xanh, vụn [7 ounce (1 cốc)]
- 1 quả trứng
- 4 g nước [½ thìa cà phê]

HƯỚNG DẪN:
a) Đấm và dàn phẳng bột trên mặt bàn khô và mịn. Phủi bột mì lên quầy, bột và cán cán rồi cán bột thành hình chữ nhật có kích thước khoảng 8 × 12 inch và có độ dày đều.

b) Lấy miếng bơ từ tủ lạnh và đặt nó lên một nửa hình chữ nhật bột. Gấp nửa còn lại của hình chữ nhật bột lên miếng bơ và kẹp các mép xung quanh nó.

c) Bọc bằng màng bọc thực phẩm và để yên trong 10 phút ở nhiệt độ phòng.

d) Để làm bánh sừng bò, bạn sẽ cần cho 3 lượt "cuốn sách đôi" vào bột để tạo đủ các lớp bột và bơ xen kẽ nhau để làm cho bánh sừng bò nổi lên và phồng lên trong lò.

e) Để thực hiện lần lượt cuốn sách đôi đầu tiên của bạn, hãy phủ bột mì lên bề mặt quầy, cây cán bột và bột, đồng thời nhớ phủ bụi bên dưới bột. Cán bột lại thành hình chữ nhật có kích thước 8 × 12 inch và có độ dày đều.

f) Dùng cây cán nhẹ nhàng, đảm bảo không làm gãy bất kỳ phần nào của bó bơ hoặc cán quá mạnh khiến bơ lăn ra khỏi bột. Đảm bảo không còn quá nhiều bột mì trên hoặc bên dưới khối bột - dùng tay phủi sạch phần bột thừa.

g) Trực quan chia bột của bạn theo chiều dọc thành các phần tư. Gấp hai phần tư bên ngoài vào trục trung tâm hoặc cột sống của hình chữ nhật của bột để chúng gặp nhau ở giữa. Sau đó đóng cuốn sách lại, đưa một cạnh gặp nhau với gáy sách bây giờ lệch sang một bên. Bọc lỏng trong nhựa và chuyển vào tủ lạnh trong 30 phút.

h) Lặp lại bước 2 và 3 hai lần nữa để thực hiện tổng cộng 3 lượt, mỗi lần bạn bắt đầu một lượt, hãy đảm bảo để các mép hoặc đường nối hở của bột hướng ra xa bạn. Đôi khi chúng tôi viết 1, 2 hoặc 3 lên tấm nhựa mà chúng tôi dùng để bọc bột khi chúng tôi gấp các vòng vào bột để không bị mất số đếm. Nếu bạn đảo quá nhiều lượt, bột sẽ không bị hỏng; nếu bạn bỏ qua một cái, bạn sẽ rất thất vọng về chiếc bánh sừng bò mềm mại của mình.

i) Đối với lần cán cuối cùng và cuối cùng của bạn, hãy phủ bột mì lên bề mặt quầy, cây cán bột và bột nhào, đồng thời nhớ phủ cả bụi bên dưới lớp bột. Cán bột thành hình chữ nhật có kích thước 8 × 12 inch và có độ dày đều.

j) Dùng dao gọt hoặc dao cắt bánh pizza, cắt bột thành 5 hình tam giác, mỗi hình dài 8 inch từ đầu nhọn nhất đến giữa cạnh ngang và rộng 4 inch ở phía dưới.

k) Chia phô mai xanh cho các bánh sừng bò, đặt nó vào giữa đầu dưới rộng của mỗi hình tam giác. Bắt đầu từ đầu phô mai xanh, dùng một tay để bắt đầu lăn bột về phía đầu hình tam giác trong khi tay kia giữ đầu và nhẹ nhàng kéo căng bột ra.

l) Tiếp tục cho đến khi hình tam giác được cuộn hoàn toàn thành hình lưỡi liềm. Đảm bảo đầu của hình tam giác được giấu bên dưới thân hình lưỡi liềm, nếu không nó sẽ bong ra trong lò nướng. Cuộn những mảnh vụn thành nút bánh sừng bò kim chi hoặc làm những chú lợn con trong chăn!

m) Chuyển bánh sừng bò vào khay lót giấy da, sắp xếp chúng cách nhau 6 inch. Đậy nhẹ bằng nhựa và để ở nhiệt độ phòng cho kích thước gấp đôi, khoảng 45 phút.

n) Làm nóng lò ở nhiệt độ 375°F.

o) Đánh đều trứng và nước trong một cái bát nhỏ. Dùng cọ phủ một lớp nước rửa trứng lên mặt trên của bánh sừng bò.

p) Nướng bánh sừng bò trong 20 đến 25 phút hoặc cho đến khi chúng nở gấp đôi, có màu caramen ở các cạnh và có lớp vỏ giòn bên ngoài nghe có vẻ rỗng khi bạn chạm vào. Chúng rất ngon khi ra khỏi lò và ngon ở nhiệt độ phòng.

26. Salad mì kim chi

THÀNH PHẦN:
- 1 pound mì gạo lứt, nấu chín, để ráo nước và rửa sạch cho đến khi nguội
- 2½ chén kim chi bắp cải cắt nhỏ
- 3 đến 4 muỗng canh gochujang
- 1 chén giá đỗ xanh
- 4 củ hành xanh (phần trắng và xanh), thái lát mỏng
- 1 quả dưa chuột vừa, cắt đôi, bỏ hạt và thái lát mỏng
- 2 muỗng canh hạt vừng, nướng

HƯỚNG DẪN:
a) Cho mì gạo, kim chi, gochujang và giá đỗ vào tô lớn và trộn đều.
b) Để phục vụ, chia hỗn hợp ra bốn đĩa riêng lẻ và trang trí mỗi đĩa bằng hành lá, lát dưa chuột và hạt vừng.

27. Cá Hồi Và Kim Chi Với Mayo Poke

THÀNH PHẦN:
- 2 muỗng cà phê. xì dầu
- 1 muỗng cà phê. gừng tươi nạo
- 1/2 muỗng cà phê. tỏi băm nhuyễn
- miếng 3/4 inch
- 1 muỗng cà phê. dầu mè nướng
- 1/2 c. kim chi xắt nhỏ
- 1/2 c. hành lá thái mỏng (chỉ phần xanh)
- Muối để nếm

HƯỚNG DẪN:

a) Trong một bát nhỏ, trộn nước tương, gừng và tỏi. Khuấy đều và để gừng và tỏi trong khoảng 5 phút cho êm dịu.

b) Trong một bát vừa, trộn cá hồi với dầu mè cho đến khi nó được phủ đều - điều này sẽ ngăn tính axit trong kim chi làm cá "nấu chín". Thêm hỗn hợp kim chi, hành lá và nước tương.

c) Gấp nhẹ nhàng cho đến khi trộn kỹ. Nếm thử và thêm muối nếu cần; nếu kim chi của bạn đã được tẩm ướp kỹ thì có thể bạn không cần thêm muối.

d) Dùng ngay hoặc đậy kín và để trong tủ lạnh tối đa một ngày. Nếu bạn để món poke ướp, hãy nếm lại ngay trước khi dùng; bạn có thể cần phải nêm nó với một chút muối.

28.Kim chi Cá Hồi Poke

THÀNH PHẦN:
- 2 muỗng cà phê. xì dầu
- 1 muỗng cà phê. gừng tươi nạo
- 1/2 muỗng cà phê. tỏi băm nhuyễn
- 1 lb. cá hồi, cắt thành miếng 3/4 inch
- 1 muỗng cà phê. dầu mè nướng
- 1/2 c. kim chi xắt nhỏ
- 1/2 c. hành lá thái mỏng (chỉ phần xanh)
- Muối để nếm

HƯỚNG DẪN:
a) Trong một bát nhỏ, trộn nước tương, gừng tươi bào sợi và tỏi băm. Khuấy và để gừng và tỏi trong khoảng 5 phút cho êm dịu.

b) Trong một tô vừa, trộn cá hồi với dầu mè nướng cho đến khi phủ đều cá hồi. Điều này ngăn cản tính axit trong kim chi làm "nấu chín" cá.

c) Cho kim chi cắt nhỏ, hành lá thái mỏng và hỗn hợp nước tương vào tô cùng cá hồi. Gấp nhẹ nhàng cho đến khi trộn kỹ.

d) Nếm thử món chọc và thêm muối nếu cần. Nếu kimchi đã chín kỹ thì bạn có thể không cần thêm muối.

e) Dùng ngay hoặc đậy kín và để trong tủ lạnh tối đa một ngày. Nếu ướp, hãy nếm lại ngay trước khi dùng và điều chỉnh muối nếu cần.

29.Bát xiên thịt lợn Bbq Hàn Quốc

THÀNH PHẦN:
- 1 lb thịt mông, thái lát mỏng
- 1/4 chén nước tương
- 2 muỗng canh gochujang (tương ớt đỏ Hàn Quốc)
- 1 muỗng canh dầu mè
- 1 muỗng canh đường nâu
- 1 cốc kim chi
- 1 quả dưa chuột, thái lát
- 2 chén gạo hạt ngắn nấu chín
- Hạt mè để trang trí

HƯỚNG DẪN:
a) Trộn đều nước tương, gochujang, dầu mè và đường nâu để tạo thành nước xốt.
b) Ướp thịt mông lợn thái lát mỏng trong hỗn hợp ít nhất 30 phút.
c) Nấu thịt lợn đã ướp trong chảo nóng cho đến khi chín vàng.
d) Lắp bát với gạo hạt ngắn làm đế.
e) Phủ thịt lợn BBQ Hàn Quốc, kim chi, dưa chuột thái lát và rắc hạt vừng lên trên.

30. Chả giò sinh tố

THÀNH PHẦN:
ĐỐI VỚI BÁNH CHẢ:
- 8-10 cái bánh tráng
- 2 chén rau tươi trộn (ví dụ: rau diếp, dưa chuột, cà rốt, ớt chuông), thái hạt lựu
- 1 chén rau thơm tươi (ví dụ: bạc hà, ngò, húng quế)
- 1 chén kim chi hoặc dưa cải bắp, để ráo nước và cắt nhỏ
- 1 chén protein nấu chín (ví dụ: tôm nấu chín, đậu phụ hoặc thịt gà xé nhỏ) (tùy chọn)
- Bún gạo nấu chín để nguội (tuỳ thích)

ĐỐI VỚI NƯỚC CH chấm:
- ¼ chén nước tương hoặc tamari (đối với lựa chọn không chứa gluten)
- 2 muỗng canh giấm gạo
- 1 muỗng canh mật ong hoặc xi-rô cây phong
- 1 tép tỏi, băm nhỏ
- ½ muỗng cà phê gừng tươi bào sợi
- Một nhúm ớt đỏ (tùy chọn, để dùng nóng)
- Hạt mè hoặc đậu phộng cắt nhỏ để trang trí (tùy chọn)

HƯỚNG DẪN:

a) Thái sợi các loại rau tươi đã trộn, cắt nhỏ rau thơm, để ráo nước và cắt nhỏ kim chi hoặc dưa cải bắp. Nếu sử dụng chất đạm (tôm, đậu phụ hoặc thịt gà), hãy nấu chín và sẵn sàng. Nấu bún gạo nếu muốn và để nguội.

b) Đổ đầy một đĩa nông lớn bằng nước ấm. Nhúng một gói bánh tráng vào nước ấm trong khoảng 10-15 giây hoặc cho đến khi nó trở nên dẻo.

c) Đặt giấy gói bánh tráng đã được làm mềm lên một bề mặt phẳng, sạch.

d) Bắt đầu bằng cách thêm một ít rau tươi và thảo mộc vào giữa giấy gói.

e) Nếu bạn đang sử dụng protein hoặc mì, hãy thêm chúng lên trên các loại rau.

f) Múc một hoặc hai thìa kim chi cắt nhỏ hoặc dưa cải bắp lên trên các nguyên liệu khác.

g) Gấp các cạnh của giấy gói bánh tráng lên trên phần nhân.

h) Bắt đầu lăn từ dưới lên, vừa thực hiện vừa cuộn chặt phần nhân.

i) Cuộn cho đến khi nem kín và có đường may ở phía dưới.

j) Tiếp tục làm nem với các nguyên liệu còn lại.

k) Trong một bát nhỏ, trộn nước tương hoặc tamari, giấm gạo, mật ong hoặc xi-rô cây phong, tỏi băm, gừng bào sợi và ớt đỏ nếu bạn muốn một chút cay.

l) Dọn chả giò sinh tố với nước chấm kèm theo.

m) Trang trí với hạt mè hoặc đậu phộng xắt nhỏ nếu muốn.

31. Ramen kim chi

THÀNH PHẦN:
- 8 cốc nước
- 4 gói mì ramen (bỏ gói gia vị)
- 2 chén kim chi, cắt nhỏ
- 4 chén nước luộc rau hoặc nấm
- 1 chén nấm shiitake thái lát
- 1 chén rau bina bé
- 2 củ hành xanh, thái lát
- 2 muỗng canh nước tương (hoặc tamari nếu có lựa chọn không chứa gluten)
- 2 muỗng canh dầu mè
- 2 muỗng cà phê giấm gạo
- 1 thìa cà phê gừng xay
- 1 thìa cà phê tỏi băm
- ½ muỗng cà phê ớt đỏ (điều chỉnh theo sở thích gia vị của bạn)
- Trứng luộc mềm hoặc chiên để trang trí (tùy chọn)

HƯỚNG DẪN:
a) Trong một cái nồi lớn, đun sôi 8 cốc nước. Thêm mì ramen và nấu theo hướng dẫn trên bao bì cho đến khi chín đều. Xả và đặt sang một bên.

b) Trong cùng một nồi, kết hợp kim chi cắt nhỏ, nước dùng rau hoặc nấm, nấm đông cô thái lát, rau bina non và hành lá. Đun sôi hỗn hợp.

c) Trong một bát nhỏ, trộn đều nước tương, dầu mè, giấm gạo, gừng xay, tỏi băm và ớt đỏ để tạo thành gia vị ramen kim chi.

d) Đổ gia vị vào nước dùng đang sôi và khuấy đều. Đun nhỏ lửa thêm 5 phút để gia vị hòa quyện.

e) Chia mì ramen đã nấu chín vào bốn bát ăn.

f) Múc nước dùng ramen kim chi lên trên mì.

g) Nếu muốn, hãy đặt một quả trứng luộc hoặc chiên mềm lên trên mỗi bát để bổ sung thêm protein.

h) Phục vụ Kimchi Ramen của bạn như một món ăn thoải mái có hương vị và giàu men vi sinh.

32. Rau hầm lên men

THÀNH PHẦN:
- 2 chén rau lên men hỗn hợp (ví dụ: dưa cải bắp, kim chi, dưa chua)
- 1 củ hành tây, xắt nhỏ
- 2 củ cà rốt, thái hạt lựu
- 2 cọng cần tây, thái hạt lựu
- 2 tép tỏi, băm nhỏ
- 6 chén nước luộc rau
- 1 lon (14 oz) cà chua thái hạt lựu
- 1 chén đậu nấu chín (ví dụ đậu thận, đậu đen)
- 1 muỗng cà phê húng tây khô
- Muối và hạt tiêu cho vừa ăn
- Các loại thảo mộc tươi để trang trí (ví dụ: rau mùi tây, thì là)

HƯỚNG DẪN:

a) Trong nồi súp lớn, đun nóng một chút dầu trên lửa vừa. Thêm hành tây xắt nhỏ, cà rốt thái hạt lựu và cần tây thái hạt lựu. Xào cho đến khi rau bắt đầu mềm, khoảng 5 phút.

b) Cho tỏi băm vào xào thêm một phút nữa cho đến khi có mùi thơm.

c) Thêm hỗn hợp các loại rau lên men, nước luộc rau, cà chua thái hạt lựu (với nước ép của chúng), đậu nấu chín và húng tây khô vào nồi. Mang hỗn hợp trên vào đun sôi.

d) Giảm nhiệt xuống thấp, đậy nắp và đun nhỏ lửa trong khoảng 20-25 phút để hương vị hòa quyện.

e) Nêm món hầm với muối và hạt tiêu cho vừa ăn.

f) Trang trí với các loại thảo mộc tươi trước khi phục vụ.

33.Salad diêm mạch và kim chi

THÀNH PHẦN:
- 1 cốc quinoa, nấu chín và để nguội
- 1 chén kim chi, cắt nhỏ
- ½ cốc dưa chuột, thái hạt lựu
- ½ chén ớt chuông đỏ, thái hạt lựu
- 2 củ hành xanh, thái lát
- 2 muỗng canh nước tương (hoặc tamari nếu có lựa chọn không chứa gluten)
- 1 muỗng canh dầu mè
- 1 muỗng canh giấm gạo
- 1 muỗng cà phê mật ong hoặc xi-rô cây phong
- Hạt vừng và ngò cắt nhỏ để trang trí (tùy chọn)

HƯỚNG DẪN:

a) Trong một tô trộn lớn, trộn quinoa đã nấu chín và để nguội, kim chi cắt nhỏ, dưa chuột thái hạt lựu, ớt chuông đỏ thái hạt lựu và hành lá thái lát.

b) Trong một bát riêng, trộn nước tương, dầu mè, giấm gạo và mật ong (hoặc xi-rô cây phong) để làm nước sốt.

c) Đổ nước sốt lên hỗn hợp quinoa và kim chi. Quăng mọi thứ lại với nhau cho đến khi kết hợp tốt.

d) Đậy salad và để trong tủ lạnh ít nhất 30 phút để hương vị hòa quyện.

e) Trang trí với hạt vừng và ngò xắt nhỏ trước khi dùng.

34. Guacamole sinh học

THÀNH PHẦN:
- 3 quả bơ chín, gọt vỏ và bỏ hột
- ½ cốc sữa chua Hy Lạp nguyên chất (hoặc loại thay thế không có sữa)
- ½ cốc cà chua thái hạt lựu
- ¼ chén hành đỏ thái hạt lựu
- ¼ chén ngò tươi xắt nhỏ
- 1 tép tỏi, băm nhỏ
- Nước ép 1 quả chanh
- Muối và hạt tiêu cho vừa ăn
- Tùy chọn: ½ cốc kim chi cắt nhỏ để bổ sung thêm lợi khuẩn

HƯỚNG DẪN:

a) Trong một bát trộn, nghiền bơ chín bằng nĩa hoặc máy nghiền khoai tây cho đến khi mịn hoặc đạt độ nhuyễn mà bạn mong muốn.

b) Thêm sữa chua Hy Lạp nguyên chất, cà chua thái hạt lựu, hành đỏ thái hạt lựu, ngò xắt nhỏ, tỏi băm và nước cốt chanh vào bơ nghiền.

c) Trộn tất cả mọi thứ cho đến khi kết hợp tốt.

d) Nếu bạn muốn bổ sung thêm men vi sinh, hãy cho kim chi cắt nhỏ vào.

e) Nêm Probiotic Guacamole của bạn với muối và hạt tiêu cho vừa ăn.

f) Ăn kèm với bánh tortilla, rau củ dạng que hoặc làm lớp phủ trên bánh tacos và bánh burritos.

35. Sốt kim chi

THÀNH PHẦN:
- 1 chén ớt Hàn Quốc
- ½ cốc nước
- 4 muỗng canh tỏi dán
- 2 thìa cà phê gừng tươi băm nhỏ
- 1 muỗng canh muối biển mịn
- 2 muỗng canh xi-rô cây thùa

HƯỚNG DẪN:
a) Đặt tất cả nguyên liệu vào tô trộn. Sử dụng thìa cao su, trộn thành hỗn hợp sệt. Chuyển hỗn hợp vào lọ thủy tinh có nắp.
b) Sẽ giữ được 2 tháng trong tủ lạnh, nếu đậy kín trong lọ kín.

36. Kim chi củ cải Daikon cắt khối

THÀNH PHẦN:
- 2 pound củ cải daikon (2 củ lớn), cắt thành khối 1 inch
- 2 muỗng canh muối biển thô
- ½ chén nước sốt kim chi
- 4 củ hành xanh, thái lát dài 1 inch
- 1 quả táo nhỏ, gọt vỏ, bỏ lõi và xay nhuyễn

HƯỚNG DẪN

a) Đặt các khối daikon và các loại lá tùy chọn vào một cái bát lớn. Rắc muối biển và để ở nhiệt độ phòng trong 2 giờ cho héo.

b) Xả hết chất lỏng ra khỏi daikon và đặt các khối và lá vào một cái bát khô. Thêm nước sốt kim chi. Đeo một đôi găng tay vào, sau đó chà xát để sốt Kimchi phủ lên củ cải. Thêm hành lá và táo vào, trộn đều.

c) Đặt hỗn hợp vào lọ thủy tinh 1 lít và đóng chặt nắp. Để một ngày ở nhiệt độ phòng để ngâm. Làm lạnh sau khi mở.

d) Sẽ giữ được 2 tuần trong tủ lạnh.

37. bánh xèo mặn

THÀNH PHẦN:
- 1-1/2 chén đậu xanh đã bỏ vỏ, vàng
- 1 cốc nước trái cây
- 1/4 cốc nước
- 3/4 chén kim chi cắt nhỏ
- 1/2 chén giá đỗ
- 3 củ hành xanh thái nhỏ và cắt thành miếng 3 inch
- 1 thìa tỏi băm
- 1 muỗng canh gừng băm
- 1 muỗng canh nước mắm
- 1 muỗng canh dầu mè
- Dầu ăn

nước chấm
- 1/2 chén nước tương
- 1/4 chén giấm gạo
- 1 muỗng canh dầu mè
- 1/2 thìa cà phê gochucharu
- 1/4 muỗng cà phê hạt vừng
- 1 củ hành xanh xắt nhỏ

HƯỚNG DẪN:
a) Ngâm đậu xanh trong nước qua đêm. Cho đậu, kim chi, nước trái cây, nước, tỏi, gừng, nước mắm và dầu mè vào máy xay.

b) Trộn các thành phần cho đến khi trộn thành bột. Đừng trộn quá kỹ : bột phải thô và hơi sạn. Nếu nó quá dày, thêm một chút nước. Đổ bột vào tô lớn và trộn kim chi, giá đỗ và hành lá. Thả từng mẻ bột vào chảo dầu nóng.

c) Chiên mỗi mặt cho đến khi chín vàng và giòn. Đặt bánh kếp lên khăn giấy để hút bớt dầu thừa. Ăn cùng nước chấm.

38. thịt xông khói và kim chi với thịt gà

THÀNH PHẦN:
- 1 chén gạo Arborio (hoặc bất kỳ loại gạo hạt ngắn nào phù hợp với món cơm thập cẩm)
- 2 ức gà không xương, không da, cắt thành miếng vừa ăn
- 4-6 lát thịt xông khói, cắt nhỏ
- 1 chén kim chi, cắt nhỏ
- 1 củ hành tây, thái nhỏ
- 2 tép tỏi, băm nhỏ
- 1 quả ớt chuông đỏ, thái lát
- 1 chén đậu Hà Lan đông lạnh
- 1 thìa cà phê ớt bột
- ½ muỗng cà phê ớt bột hun khói (tùy chọn)
- ¼ thìa cà phê sợi nghệ tây (tùy chọn)
- 2 chén nước luộc gà
- ½ chén rượu trắng
- Muối và hạt tiêu đen cho vừa ăn
- 2 muỗng canh dầu ô liu
- Rau mùi tây tươi cắt nhỏ để trang trí

HƯỚNG DẪN:

a) Bắt đầu bằng cách ngâm sợi nghệ tây trong 2 muỗng canh nước ấm và đặt sang một bên. Điều này sẽ giúp giải phóng hương vị và màu sắc của nó.

b) Trong chảo lớn, đáy phẳng hoặc chảo paella, đun nóng dầu ô liu trên lửa vừa cao. Thêm thịt xông khói cắt nhỏ và nấu cho đến khi nó trở nên giòn. Lấy thịt xông khói ra khỏi chảo và đặt sang một bên, để lại mỡ thịt xông khói trong chảo.

c) Nêm miếng thịt gà với muối, tiêu đen và ớt bột. Cho gà vào cùng chảo và nấu cho đến khi chín vàng. Lấy gà ra khỏi chảo và đặt sang một bên.

d) Trong cùng một chảo, thêm hành tây xắt nhỏ, tỏi và ớt chuông đỏ thái lát. Xào chúng cho đến khi hành trở nên trong suốt và hạt tiêu mềm.

e) Cho gạo Arborio vào chảo và khuấy trong vài phút để gạo chín nhẹ.

f) Đổ rượu trắng vào và nấu cho đến khi gạo ngấm gần hết.

g) Cho kim chi cắt nhỏ và thịt xông khói đã nấu chín vào chảo rồi trộn đều.

h) Thêm sợi nghệ tây cùng với nước ngâm, ớt bột xông khói (nếu dùng) và 1 cốc nước luộc gà. Khuấy đều.

i) Tiếp tục nấu paella trên lửa vừa, thêm nước luộc gà nếu cần và thỉnh thoảng khuấy. Cơm phải hấp thụ chất lỏng và trở thành dạng kem trong khi vẫn giữ được vị hơi chát (al dente). Việc này sẽ mất khoảng 15-20 phút.

j) Trong vài phút cuối cùng của quá trình nấu, hãy cho đậu Hà Lan đông lạnh và thịt gà đã nấu chín vào chảo. Khuấy cho đến khi đậu được đun nóng.

k) Nếm thử món cơm thập cẩm và điều chỉnh gia vị bằng muối và tiêu đen nếu cần.

l) Sau khi cơm đã chín hoàn toàn và chất lỏng đã được hấp thụ gần hết, hãy lấy cơm paella ra khỏi bếp và để yên trong vài phút trước khi dùng.

m) Trang trí với rau mùi tây tươi xắt nhỏ và phục vụ món Paella thịt xông khói và kim chi với thịt gà nóng.

39. Bò Hàn Quốc Và Kimchi Nướng Phô Mai

THÀNH PHẦN:
- 8 ounce thịt bò kiểu Hàn Quốc nấu chín (bulgogi), thái lát mỏng
- 4 lát phô mai provolone
- ½ chén kim chi, để ráo nước và cắt nhỏ
- 4 lát bánh mì
- Bơ để phết

HƯỚNG DẪN:
a) Bơ một mặt của mỗi lát bánh mì.
b) Đặt một lát phô mai provolone lên mặt không phết bơ của lát bánh mì.
c) Phủ lên trên một lớp thịt bò nấu chín kiểu Hàn Quốc.
d) Rải một lớp kim chi cắt nhỏ lên trên miếng thịt bò.
e) Phủ một lát phô mai provolone khác và một lát bánh mì khác (phết bơ lên trên).
f) Lặp lại cho các lát bánh mì và phần nhân còn lại.
g) Đun nóng chảo trên lửa vừa và đặt bánh sandwich lên trên.
h) Nấu cho đến khi bánh mì có màu vàng nâu và phô mai tan chảy, lật nửa chừng.
i) Tắt bếp, cắt làm đôi và dùng nóng.

40. Burger Thịt Ức Và Kimchi Hàn Quốc

THÀNH PHẦN:
- 500g thịt ức bò, băm nhỏ
- 125g hạt, bỏ vỏ, băm nhỏ
- ⅓ cốc (80ml) nước tương nhạt
- Dầu hướng dương, để đánh răng
- 6 củ hành lá, phần xanh đậm thái mỏng, phần nhạt cắt đôi
- 2 quả ớt chuông xanh, cắt làm 4 theo chiều dọc
- 6 chiếc bánh burger brioche, tách đôi, phết dầu, rắc mè đen
- Kewpie mayonnaise và gochujang (tương ớt Hàn Quốc), để phục vụ

ĐỐI VỚI KIMCHI NHANH CHÓNG:
- ¼ cốc (55g) muối
- ⅓ Bắp cải (Wombak), thái lát
- 4 tép tỏi, nghiền nát
- ¼ cốc (55g) đường bột
- 2 thìa nước mắm
- 1 muỗng canh ớt khô

HƯỚNG DẪN:

a) Kết hợp thịt ức băm, thịt băm băm và 2 muỗng canh nước tương. Tạo hỗn hợp thành 6 miếng và làm phẳng chúng. Quét miếng chả với 2 thìa nước tương còn lại. Thư giãn chúng trong 30 phút.

b) Trong một cái bát, trộn muối, bắp cải thái lát và 2 cốc (500ml) nước nóng. Che và đặt nó sang một bên trong 15 phút. Rửa sạch và để ráo bắp cải. Cho hành lá thái lát và các nguyên liệu kimchi còn lại vào trộn đều.

c) Đun nóng chảo nướng trên lửa cao và phết dầu vào chảo. Nấu ớt chuông và hành lá nhạt cắt đôi trong 2-3 phút hoặc cho đến khi chúng mềm. Loại bỏ chúng và đặt chúng sang một bên.

d) Quét thêm một ít dầu vào chảo nướng. Chiên miếng chả trong 2 phút mỗi mặt. Giảm nhiệt xuống mức trung bình và nấu thêm 3 phút cho mỗi mặt hoặc cho đến khi chúng cháy thành than và chín đều.

LẮP RÁP BÁNH BURGER:

e) Rưới sốt mayonnaise vào đế bánh. Phủ ớt chuông, chả, tương ớt, hành lá, kim chi và nắp bánh bao lên trên. Phục vụ bánh mì kẹp thịt ức Hàn Quốc và Kimchi ngon tuyệt của bạn!

f) Hãy tận hưởng sự kết hợp độc đáo giữa các hương vị trong món burger này!

41. Chả giò kim chi đậu nành

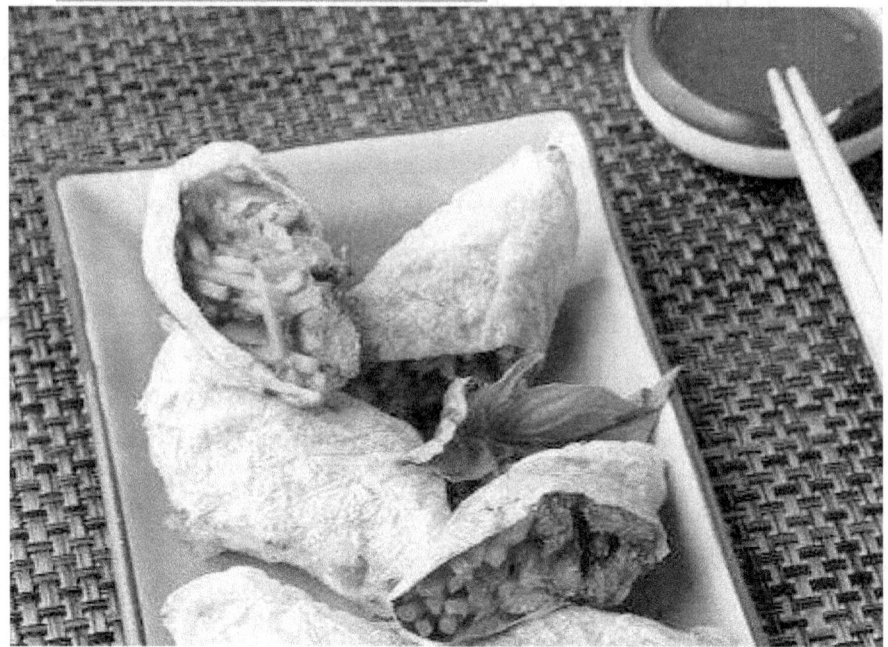

THÀNH PHẦN:
- 1 cốc khoai tây chiên giòn hoặc thịt gà đông lạnh thuần chay
- 1 củ cà rốt nhỏ
- 4 lá húng quế tươi
- 1/2 chén kim chi thuần chay tự làm hoặc mua ở cửa hàng
- 4 tờ bánh tráng (6 đến 8 1/2 inch)
- 2 đến 3 giọt dầu hạt cải

HƯỚNG DẪN:

a) Chuẩn bị khoai tây chiên đậu nành. Nếu bạn đang sử dụng miếng thịt gà thuần chay, hãy rã đông chúng và cắt chúng làm đôi theo chiều dọc.

b) Cắt cà rốt thành que diêm và chia que diêm thành 4 phần.

c) Nhúng 1 tờ bánh tráng vào nước ấm trong 5 giây hoặc cho đến khi ấm. Đặt bánh tráng ẩm lên bề mặt làm việc và để yên trong 30 giây hoặc cho đến khi mềm dẻo. Đặt 1 lá húng quế lên trên bánh tráng. Thêm 1/4 số que diêm cà rốt, 2 thìa kim chi và 1/4 cốc khoai tây chiên giòn đậu nành.

d) Cuộn bánh tráng bằng cách kéo mép ra khỏi thớt. Cuộn phần nhân lại trong khi gom lại và nhét phần nhân vào bên dưới lớp giấy gói, lăn cho đến hết phần giấy. Lặp lại quá trình này cho đến khi bạn tạo được 4 chiếc chả giò.

e) Xịt 1 đến 2 giọt dầu hạt cải lên giỏ nồi chiên không khí. Đặt chả giò vào giỏ nồi chiên không khí và rắc 1 đến 2 giọt dầu còn lại lên trên cuộn chả. Nấu ở nhiệt độ 400°F trong 6 phút, lắc nửa thời gian nấu.

42. Ramen Kimchi Một Nồi

THÀNH PHẦN:
- 8 ounce thịt bụng lợn (không da), thái lát

ĐỐI VỚI MÓN THỊT THỊT:
- 3 tép tỏi, băm nhỏ
- 1 muỗng canh gừng tươi, băm nhỏ
- 1 muỗng canh rượu sherry
- 1 muỗng canh nước tương

ĐỐI VỚI Mỳ ramen KIMCHI:
- 4 quả trứng luộc mềm, giảm một nửa
- ½ củ hành vừa, thái lát mỏng
- 1 chén nấm shiitake, thái lát
- Nửa khối đậu hủ cứng, thái lát
- 4 ounce nấm kim châm
- 4 cải chíp nhỏ, giảm một nửa
- 1 chén kim chi, đóng gói chắc chắn
- ½ cốc nước ép kim chi
- 4 cốc nước luộc xương gà (2 thùng)
- 2 muỗng canh ớt đỏ cay
- 1 muỗng canh bột ớt đỏ Hàn Quốc
- 2 gói ramen
- Hành lá cắt nhỏ để trang trí

HƯỚNG DẪN:

a) Kết hợp tất cả các nguyên liệu làm nước xốt thịt lợn trong một tô vừa.

b) Cắt lát thịt bụng lợn thành miếng dài 2 inch. Thêm thịt lợn vào nước xốt. Khuấy đều và để một bên.

c) Trong một cái chảo nhỏ, đun sôi 2 cốc nước. Cẩn thận thả trứng vào nước sôi. Hãy để họ nấu trong 5 phút. Múc trứng ra khỏi chảo và cho vào nước lạnh.

d) Trong khi đó, cắt lát hành tây, nấm hương và đậu phụ; nấm kim châm rửa sạch và cắt bỏ phần đuôi; cải chíp rửa sạch và cắt làm đôi. Đặt tất cả các thành phần đã chuẩn bị sang một bên.

e) Trong một cái chảo vừa, nấu thịt ba chỉ đã ướp trên lửa vừa cao trong khoảng 2 phút, khuấy thường xuyên.

f) Thêm hành tây và kim chi. Xào cho đến khi có mùi thơm, khoảng 2 phút.

g) Thêm nước kim chi, nước dùng, tương ớt đỏ, bột ớt đỏ vào và đun sôi.

h) Khi nước súp đã sôi, cho mì ramen và nấm hương vào. Để nó nấu trong 3 phút.

i) Thêm đậu phụ, nấm enoki và cải chíp vào nấu trong 2 phút hoặc cho đến khi ramen mềm. Tắt nhiệt.

j) Bóc vỏ trứng và cắt làm đôi.

k) Cho ramen kim chi ra đĩa và ăn kèm với một nửa quả trứng. Trang trí với hành lá xắt nhỏ.

43. cơm rang Kimchi

THÀNH PHẦN:

- 2 chén gạo lứt nấu chín
- 1 chén kim chi, cắt nhỏ
- 1 củ cà rốt, thái hạt lựu
- 1 chén rau bina, xắt nhỏ
- 2 muỗng canh nước tương
- 1 muỗng canh dầu mè
- 1 củ hành xanh, thái lát

HƯỚNG DẪN:

a) Trong chảo, xào cà rốt cho đến khi mềm. Thêm rau bina và nấu cho đến khi héo.
b) Thêm kim chi vào chảo và xào trong 2 phút.
c) Thêm cơm nấu chín, nước tương và dầu mè. Khuấy đều để kết hợp.
d) Trang trí với hành lá thái lát và dùng nóng.

44. Xiên kim chi

THÀNH PHẦN:
- 2 chén bắp cải Napa cắt nhỏ
- 1 cốc cà rốt thái nhỏ
- 1/2 chén kim chi, xắt nhỏ
- 2 muỗng canh giấm gạo
- 1 muỗng canh dầu mè
- 1 thìa mật ong
- Hạt mè để trang trí

HƯỚNG DẪN:
a) Trong một tô lớn, trộn bắp cải thái nhỏ, cà rốt và kim chi.
b) Trong một bát riêng, trộn đều giấm gạo, dầu mè và mật ong. Đổ hỗn hợp lên và trộn đều.
c) Trang trí với hạt vừng trước khi dùng.

45.Quesadilla kimchi

THÀNH PHẦN:
- Bánh bột mì
- 1 chén kim chi, cắt nhỏ
- 1 chén phô mai cheddar cắt nhỏ
- 1/2 chén thịt gà luộc và xé nhỏ (tùy chọn)
- 2 muỗng canh kem chua (để phục vụ)

HƯỚNG DẪN:
a) Đặt bánh tortilla lên chảo đã đun nóng.
b) Rắc một lớp phô mai cheddar, thêm kim chi cắt nhỏ và thịt gà (nếu dùng). Phủ một lớp phô mai khác lên trên và đặt một chiếc bánh tortilla khác lên trên.
c) Nấu cho đến khi phô mai tan chảy và bánh ngô có màu vàng nâu cả hai mặt.
d) Cắt thành từng miếng vừa ăn và dùng kèm với một ít kem chua.

46. Bánh mì nướng bơ kim chi

THÀNH PHẦN:
- 4 lát bánh mì nguyên hạt
- 1 quả bơ chín, nghiền nhuyễn
- 1 chén kim chi, để ráo nước và cắt nhỏ
- Hạt mè để trang trí
- Mảnh ớt đỏ (tùy chọn)

HƯỚNG DẪN:
a) Nướng từng lát bánh mì theo ý thích của bạn.
b) Trải đều bơ nghiền lên từng lát.
c) Rắc kim chi cắt nhỏ lên trên và rắc hạt vừng (và ớt đỏ nếu bạn thích ăn cay).

47. Đậu hủ xào kim chi

THÀNH PHẦN:
- 1 khối đậu phụ cứng, cắt hạt lựu
- 1 chén kim chi, cắt nhỏ
- 1 chén bông cải xanh
- 1 quả ớt chuông, thái lát
- 2 muỗng canh nước tương
- 1 muỗng canh dầu mè
- 1 thìa mật ong
- Cơm nấu sẵn để phục vụ

HƯỚNG DẪN:
a) Trong chảo, xào đậu phụ cho đến khi có màu vàng nâu. Thêm bông cải xanh và ớt chuông.
b) Cho kim chi cắt nhỏ vào đun thêm 2-3 phút.
c) Trong một bát nhỏ, trộn nước tương, dầu mè và mật ong. Đổ hỗn hợp đậu phụ và rau lên trên.
d) Ăn kèm cơm đã nấu chín.

48. Kim chi hummus

THÀNH PHẦN:
- 1 lon (15 oz) đậu xanh, để ráo nước và rửa sạch
- 1/2 chén kim chi, xắt nhỏ
- 2 muỗng canh tahini
- 2 tép tỏi
- 3 muỗng canh dầu ô liu
- Nước ép của 1 quả chanh
- Muối và hạt tiêu cho vừa ăn

HƯỚNG DẪN:

a) Trong máy xay thực phẩm, kết hợp đậu xanh, kim chi, tahini, tỏi, dầu ô liu và nước cốt chanh.

b) Trộn cho đến khi mịn, cạo các cạnh nếu cần.

c) Nêm muối và hạt tiêu cho vừa ăn. Ăn kèm với bánh pita hoặc que rau.

49. Sushi cuộn kim chi

THÀNH PHẦN:
- Tấm Nori
- Cơm sushi nấu chín
- 1 chén kim chi, cắt nhỏ
- Bơ cắt lát
- Dưa chuột cắt lát
- Nước tương để chấm

HƯỚNG DẪN:
a) Đặt một tấm nori lên tấm lót sushi bằng tre.
b) Trải một lớp cơm sushi lên trên nori , để lại một đường viền nhỏ ở trên cùng.
c) Thêm một dòng kim chi cắt nhỏ, bơ cắt lát và dưa chuột.
d) Cuộn sushi thật chặt và cắt thành từng miếng vừa ăn. Ăn kèm với nước tương.

50. Trứng quỷ kimchi

THÀNH PHẦN:
- 6 quả trứng luộc chín, bóc vỏ và cắt đôi
- 1/4 chén kim chi, thái nhỏ
- 2 muỗng canh sốt mayonaise
- 1 thìa cà phê mù tạt Dijon
- Muối và hạt tiêu cho vừa ăn
- Ớt bột để trang trí

HƯỚNG DẪN:
a) Lấy lòng đỏ trứng và nghiền chúng trong một cái bát.
b) Trộn kim chi cắt nhỏ, sốt mayonnaise, mù tạt Dijon, muối và tiêu.
c) Đổ hỗn hợp trở lại vào nửa lòng trắng trứng.
d) Rắc ớt bột và để lạnh trước khi dùng.

51. Salad kim chi Caesar

THÀNH PHẦN:
- Xà lách Romaine, xắt nhỏ
- 1 chén kim chi, cắt nhỏ
- Bánh mì nướng
- Phô mai Parmesan bào
- đồng phục Caesar

HƯỚNG DẪN:

a) Trong một tô lớn, trộn rau diếp romaine cắt nhỏ và kim chi.
b) Thêm bánh mì nướng và phô mai Parmesan bào.
c) Trộn với nước sốt Caesar yêu thích của bạn và dùng ngay.

52. Kimchi Guacamole

THÀNH PHẦN:
- 3 quả bơ chín, nghiền nhuyễn
- 1 chén kim chi, cắt nhỏ
- 1/4 chén hành đỏ, thái hạt lựu
- 1 quả chanh, ép lấy nước
- Muối và hạt tiêu cho vừa ăn
- Bánh Tortilla để phục vụ

HƯỚNG DẪN:
a) Trong một cái bát, nghiền bơ.
b) Thêm kim chi cắt nhỏ, hành đỏ, nước cốt chanh, muối và tiêu. Trộn đều.
c) Ăn kèm kim chi guacamole với bánh tortilla.

53. Bánh xèo kim chi/ Kimchijeon

THÀNH PHẦN:
- 500 g (1 lb 2 oz) kim chi bắp cải Trung Quốc
- 2 thìa cà phê gochugaru bột ớt
- 2 muỗng canh nước sốt cá cơm lên men
- 650 g (1 lb 7 oz) bột bánh pancake Hàn Quốc
- Dầu thực vật trung tính

HƯỚNG DẪN:

a) Dùng kéo cắt kim chi thành từng miếng nhỏ rồi cho vào tô mà không để ráo nước. Thêm gochugaru bột ớt và nước mắm cá cơm lên men. Thêm bột pancake và trộn đều.

b) Phủ một lớp dầu thực vật lên chảo rán và đun nóng ở nhiệt độ cao. Trải một lớp bột kim chi mỏng dưới đáy chảo. Dùng thìa nhấc bột ra khỏi đáy chảo ngay lập tức để bột không bị dính. Ngay khi các cạnh bắt đầu chuyển sang màu nâu và bề mặt hơi se lại, hãy lật bánh lại.

c) Nấu mặt còn lại trên lửa cao thêm 4 phút. Lặp lại cho mỗi chiếc bánh.

d) Thưởng thức cùng nước sốt bánh xèo Hàn Quốc hoặc nước tương hành ngâm dưa chua.

54. Salad bắp cải sốt kim chi

THÀNH PHẦN:
- 600 g (1 lb 5 oz) bắp cải Trung Quốc
- 50 g (1¾ oz) muối biển thô
- 1 lít (4 cốc) nước
- 4 nhánh hẹ tỏi (hoặc 2 nhánh hành lá/hành lá, không có củ)
- 1 củ cà rốt
- 1 thìa đường
- 50 g (1¾ oz) nước sốt cay
- 2 muỗng canh nước sốt cá cơm lên men
- ½ muỗng canh hạt vừng
- Muối biển

HƯỚNG DẪN:
a) Cắt bắp cải Trung Quốc thành miếng lớn vừa ăn. Hòa tan muối vào nước rồi ngâm bắp cải vào. Để yên trong 1 tiếng rưỡi.
b) Cắt hẹ thành từng miếng 5 cm (2 inch). Nướng cà rốt.
c) Xả bắp cải. Rửa sạch ba lần liên tiếp, sau đó để ráo nước trong 30 phút.
d) Trộn với đường, nước ướp cay, nước mắm cá cơm lên men, cà rốt và hẹ.
e) Điều chỉnh gia vị bằng muối biển. Rắc hạt mè.

BẮP CẢI MUỐI

55. Bắp cải muối cổ điển

THÀNH PHẦN:
- 1 bắp cải cỡ vừa, thái lát mỏng
- 1 chén giấm trắng
- 1 ly nước
- 1/4 cốc đường
- 1 muỗng canh muối
- 1 muỗng cà phê hạt mù tạt
- 1 muỗng cà phê hạt cần tây
- 1 thìa cà phê nghệ

HƯỚNG DẪN:

a) Trong một cái chảo, trộn nước, giấm, đường, muối, hạt mù tạt, hạt cần tây và bột nghệ.

b) Đun sôi hỗn hợp, khuấy đều cho đến khi đường và muối tan.

c) Cho bắp cải thái mỏng vào tô lớn.

d) Đổ nước muối nóng lên bắp cải, đảm bảo ngập hoàn toàn.

e) Để bắp cải muối nguội đến nhiệt độ phòng trước khi chuyển vào lọ khử trùng.

f) Làm lạnh ít nhất 24 giờ trước khi phục vụ.

56. Piccalilli

THÀNH PHẦN:
- 6 cốc cà chua xanh xắt nhỏ
- 1 1/2 cốc ớt xanh , xắt nhỏ
- 7 1/2 chén bắp cải xắt nhỏ
- 1/2 chén muối ngâm
- 1 1/2 chén ớt đỏ ngọt , xắt nhỏ
- 2 1/4 chén hành tây xắt nhỏ
- 3 muỗng canh hỗn hợp gia vị ngâm chua
- 4 1/2 chén giấm 5%
- 3 chén đường nâu

HƯỚNG DẪN:
a) Trộn rau với 1/2 chén muối.
b) Đổ nước nóng và để trong 12 giờ. Làm khô hạn .
c) Buộc các gia vị vào túi đựng gia vị rồi thêm giấm và đường vào rồi đun sôi.
d) Thêm rau vào đun sôi nhẹ trong 30 phút; lấy túi gia vị ra.
e) khoảng trống 1/2 inch .
f) Giải phóng bọt khí.
g) Đóng chặt lọ, sau đó đun nóng trong 5 phút trong bồn nước.

57. Dưa bắp cải cơ bản

THÀNH PHẦN:
- 25 lbs. Bắp cải rửa sạch, thái nhỏ
- 3/4 chén muối ngâm

HƯỚNG DẪN:
a) Cho bắp cải vào hộp và thêm 3 thìa muối.
b) Trộn bằng tay sạch.
c) Đóng gói cho đến khi muối rút nước từ bắp cải.
d) Thêm đĩa và tạ; Đậy hộp đựng bằng khăn tắm sạch.
e) Bảo quản ở nhiệt độ 70° đến 75°F trong 3 đến 4 tuần .

58. Bắp cải muối chua cay châu Á

THÀNH PHẦN:
- 1 bắp cải nhỏ, thái nhỏ
- 1 chén giấm gạo
- 1/2 chén nước tương
- 2 thìa đường
- 2 tép tỏi, băm nhỏ
- 1 muỗng canh gừng, nạo
- 1 muỗng cà phê ớt đỏ

HƯỚNG DẪN:

a) Kết hợp giấm gạo, nước tương, đường, tỏi băm, gừng bào sợi và ớt đỏ vào tô.
b) Trộn đều cho đến khi đường tan.
c) Đặt bắp cải thái nhỏ vào lọ lớn và đổ chất lỏng lên trên.
d) Đậy kín lọ và để lạnh ít nhất 2 giờ trước khi dùng.

59. Bắp cải ngâm giấm táo

THÀNH PHẦN:
- 1 đầu bắp cải đỏ nhỏ, thái lát mỏng
- 1 cốc giấm táo
- 1/2 cốc nước
- 2 thìa mật ong
- 1 muỗng canh muối
- 1 thìa cà phê hạt tiêu đen nguyên hạt
- 2 lá nguyệt quế

HƯỚNG DẪN:

a) Trong một cái chảo, trộn giấm táo, nước, mật ong, muối, hạt tiêu và lá nguyệt quế.

b) Đun sôi hỗn hợp, khuấy đều cho đến khi mật ong và muối tan.

c) Đặt bắp cải thái lát vào tô lớn và đổ nước muối nóng lên trên.

d) Để nguội, sau đó chuyển bắp cải muối vào lọ và để trong tủ lạnh ít nhất 4 giờ trước khi dùng.

60. Bắp cải ngâm thì là và tỏi

THÀNH PHẦN:
- 1 bắp cải xanh vừa, thái nhỏ
- 1 1/2 chén giấm trắng
- 1 ly nước
- 3 thìa đường
- 2 muỗng canh muối
- 3 tép tỏi, nghiền nát
- 2 thìa thì là tươi, xắt nhỏ

HƯỚNG DẪN:

a) Trong một cái chảo, trộn giấm trắng, nước, đường, muối, tỏi nghiền và thì là cắt nhỏ.
b) Đun nóng hỗn hợp cho đến khi đường và muối hòa tan.
c) Đặt bắp cải thái nhỏ vào lọ lớn và đổ nước muối nóng lên trên.
d) Để nguội rồi cho vào tủ lạnh ít nhất 12 tiếng trước khi thưởng thức.

NẤU ĂN BẰNG Bắp cải

61. Xà lách trộn bắp cải đỏ

THÀNH PHẦN:
- ½ đầu bắp cải đỏ, thái lát mỏng
- 2 củ cà rốt, bào sợi
- ½ cốc sốt mayonaise
- 2 muỗng canh mù tạt Dijon
- 2 muỗng canh giấm táo
- 1 thìa mật ong
- Muối và hạt tiêu cho vừa ăn
- Rau mùi tây tươi cắt nhỏ để trang trí

HƯỚNG DẪN:
a) Trong một tô lớn, trộn bắp cải đỏ và cà rốt bào sợi.
b) Trong một bát riêng, trộn đều sốt mayonnaise, mù tạt Dijon, giấm táo, mật ong, muối và hạt tiêu.
c) Đổ nước sốt lên hỗn hợp bắp cải và trộn đều.
d) Trang trí với rau mùi tây cắt nhỏ trước khi dùng.

62. Thịt gà Fijian Suey

THÀNH PHẦN:

- 1 pound ức hoặc đùi gà không xương, không da, thái lát mỏng
- 2 muỗng canh dầu thực vật
- 1 củ hành tây, thái lát
- 2 tép tỏi, băm nhỏ
- Miếng gừng tươi 1 inch, nạo
- 1 chén bắp cải thái lát
- 1 cốc cà rốt thái lát
- 1 chén ớt chuông thái lát (đỏ, xanh hoặc vàng)
- 1 chén bông cải xanh thái lát
- ¼ chén nước tương
- 2 muỗng canh dầu hào
- 1 muỗng canh bột bắp, hòa tan trong 2 muỗng canh nước
- Cơm trắng nấu chín để phục vụ

HƯỚNG DẪN:

a) Trong chảo hoặc chảo lớn, đun nóng dầu thực vật trên lửa vừa cao.
b) Thêm thịt gà thái lát vào xào cho đến khi chín và có màu nâu nhạt. Lấy gà ra khỏi chảo và đặt sang một bên.
c) Trong cùng một chiếc chảo, thêm một chút dầu nếu cần và xào hành tây thái lát, tỏi băm và gừng băm cho đến khi có mùi thơm và hành tây trong suốt.
d) Thêm bắp cải thái lát, cà rốt, ớt chuông và bông cải xanh vào chảo. Xào rau trong vài phút cho đến khi chúng mềm và giòn.
e) Cho gà đã nấu chín vào chảo và trộn với rau.
f) Trong một bát nhỏ, trộn nước tương và dầu hào. Đổ nước sốt lên gà và rau, trộn đều cho đến khi ngấm đều.
g) Khuấy hỗn hợp bột bắp để nước sốt hơi đặc lại.
h) Phục vụ món gà Fijian Chop Suey trên cơm trắng đã nấu chín để có một bữa ăn ngon miệng và thỏa mãn.

63. Bắp cải trắng và khoai tây

THÀNH PHẦN:
- 1 bắp cải trắng (khoảng 2kg)
- 4 củ cà rốt (gọt vỏ)
- 3 củ hành trắng
- 1 quả ớt xanh
- 6 củ khoai tây lớn (bóc vỏ)
- 3 tép tỏi
- 2 muỗng cà phê dầu thực vật
- 3 thìa cà phê muối
- 3 quả ớt xanh

HƯỚNG DẪN:

a) Rửa sạch và cắt nhỏ bắp cải, cà rốt, hành tây, ớt xanh và khoai tây thành từng miếng.
b) Bóc vỏ và băm nhuyễn tỏi.
c) Đặt bắp cải vào chảo lớn có nắp trên lửa vừa.
d) Sau 5 phút cho thêm chút nước để bắp cải không bị dính vào chảo.
e) Sau 10 phút khi bắp cải mềm một chút, thêm cà rốt và khuấy đều dầu.
f) Sau 10 phút thêm hành tây.
g) Sau 5 phút thêm tỏi.
h) Để lửa nhỏ trên bếp trong 10 phút cho đến khi tất cả rau củ chín và mềm. Thêm ớt và hạt tiêu. Trộn kỹ và nấu trong 5 phút.
i) Khuấy muối.

64. Tostadas chay xanh

THÀNH PHẦN:
- 6 bánh ngô (mỗi bánh 5 inch)
- 2 muỗng canh dầu ô liu nguyên chất, chia
- 1 chén bí xanh thái hạt lựu
- 1 chén măng tây thái hạt lựu
- ½ chén ớt chuông xanh thái hạt lựu
- ¼ cốc ngô đông lạnh
- 1 chén bắp cải thái nhỏ
- 2 củ hành xanh, thái hạt lựu
- Một nắm rau mùi, xắt nhỏ
- Muối biển và hạt tiêu đen
- Kem chua hạt điều và salsa cà chua chuẩn bị sẵn để phục vụ

HƯỚNG DẪN:

a) Làm nóng lò nướng của bạn ở nhiệt độ 400°F. Quét một thìa dầu ô liu lên bánh ngô và rắc muối biển lên bánh ngô. Đặt chúng lên khay nướng bánh quy và nướng cho đến khi chúng trở nên giòn, thường mất khoảng 10 phút.

b) Trong chảo, đun nóng thìa dầu ô liu còn lại trên lửa vừa cao. Thêm bí xanh thái hạt lựu, măng tây, ớt chuông và ngô vào chảo. Xào cho đến khi chúng hơi mềm, mất khoảng 3 phút. Sau đó, cho bắp cải thái sợi vào chảo và xào thêm 2 phút. Nêm hỗn hợp với muối và hạt tiêu cho vừa ăn rồi tắt bếp.

c) Chia đều rau xào cho các bánh ngô giòn. Rắc chúng với hành lá thái hạt lựu và ngò xắt nhỏ. Rắc từng loại kem chua hạt điều và salsa cà chua.

d) Hãy thưởng thức món Tostadas chay xanh của bạn!

65. Nước ép củ cải và bông cải xanh

THÀNH PHẦN:
- 1 đầu bông cải xanh cỡ nhỏ, bẻ thành bông hoa
- 1 bắp cải đỏ đầu nhỏ
- ½ muỗng cà phê bột Maca
- 3 lá củ cải Thụy Sĩ lớn, xé thành từng miếng

HƯỚNG DẪN:
a) Chế biến bắp cải và bông cải xanh bằng máy ép trái cây.
b) Cho phần nguyên liệu còn lại vào máy ép trái cây.
c) Trộn nước trái cây một cách tỉ mỉ. Cuối cùng, dùng nước ép với đá nghiền nếu bạn muốn.

66. Bắp cải củ cải

THÀNH PHẦN:
- 1 bó củ cải, gọt vỏ và thái lát mỏng
- ½ bắp cải đỏ nhỏ, thái lát mỏng
- 1 củ cà rốt, bào sợi
- ¼ cốc sốt mayonaise
- 1 muỗng canh giấm táo
- 1 thìa cà phê mật ong
- Muối và hạt tiêu cho vừa ăn

HƯỚNG DẪN:
a) Trong một tô lớn, trộn củ cải, bắp cải đỏ và cà rốt.
b) Trong một bát nhỏ, trộn đều sốt mayonnaise, giấm táo, mật ong, muối và hạt tiêu.
c) Đổ nước sốt lên rau và đảo đều cho đến khi phủ đều.
d) Làm lạnh ít nhất 30 phút trước khi phục vụ.

67. Salad cầu vồng với bắp cải

THÀNH PHẦN:
- Gói 5 ounce rau diếp bơ
- gói 5 ounce rau arugula
- hỗn hợp cay 5 ounce Microgreen
- 1 củ cải tím thái lát mỏng
- 1/2 chén đậu Hà Lan, thái lát mỏng
- 1 củ cải xanh, thái lát mỏng
- 1/4 chén bắp cải đỏ, thái nhỏ
- 2 củ hẹ, cắt thành khoanh
- 1 củ cải dưa hấu, thái lát mỏng
- 2 quả cam máu, cắt múi
- 3 củ cà rốt cầu vồng, cạo thành dải ruy băng
- 1/2 cốc nước cam huyết
- 1/2 chén dầu ô liu nguyên chất
- 1 muỗng canh giấm rượu vang đỏ
- 1 muỗng canh lá oregano khô
- 1 thìa mật ong
- Muối và hạt tiêu cho vừa ăn
- để trang trí hoa ăn được

HƯỚNG DẪN:
a) Trộn dầu ô liu, giấm rượu vang đỏ và lá oregano vào thùng chứa. Thêm hẹ và để ướp ít nhất 2 giờ trên quầy.
b) Đặt hẹ sang một bên.
c) Trong một cái lọ, trộn nước cam, dầu ô liu, mật ong, một chút muối và hạt tiêu cho đến khi đặc và mịn. Nêm muối và hạt tiêu cho vừa ăn.
d) Trộn hỗn hợp gia vị gồm các loại rau xanh, rau diếp và rau arugula với khoảng ¼ cốc dầu giấm vào một tô trộn rất lớn.
e) Kết hợp cà rốt, đậu Hà Lan, hẹ tây và các múi cam với một nửa củ cải.
f) Lắp ráp mọi thứ và thêm dầu giấm và hoa ăn được để hoàn thành.

68. Rau xanh & Salad đậu tuyết

THÀNH PHẦN:
GIẤM
- 1 muỗng cà phê si-rô phong
- 2 thìa nước cốt chanh
- 2 muỗng canh giấm balsamic trắng
- 1 ½ chén dâu tây thái hạt lựu
- 3 muỗng canh dầu ô liu

XA LÁT
- 2 củ cải, thái lát mỏng
- 6 ounce rau cải bắp cải
- 12 quả đậu tuyết, thái lát mỏng
- Dâu tây cắt đôi, hoa ăn được và nhánh thảo mộc tươi để trang trí

HƯỚNG DẪN:
a) Để làm nước sốt dầu giấm, trộn dâu tây, giấm và xi-rô phong vào một đĩa trộn. Lọc chất lỏng và thêm nước cốt chanh và dầu.
b) Nêm với muối và hạt tiêu.
c) Để làm món salad, hãy kết hợp các loại rau xanh, đậu tuyết, củ cải, dâu tây để sẵn và ¼ cốc dầu giấm trong một tô trộn lớn.
d) Thêm một nửa quả dâu tây, hoa ăn được và nhánh thảo mộc tươi để trang trí.

69. Salad lưu đắng

THÀNH PHẦN:
CÁCH ĂN MẶC:
- 2 thìa nước cốt chanh
- ½ cốc nước cam huyết
- ¼ cốc xi-rô cây phong

XA LÁT:
- ½ chén bắp cải tươi cắt nhỏ
- 1 củ radicchio nhỏ, xé thành miếng vừa ăn
- ½ chén bắp cải tím, thái lát mỏng
- ¼ củ hành đỏ nhỏ, thái nhỏ
- 3 củ cải, cắt thành miếng mỏng
- 1 quả cam máu, gọt vỏ, bỏ hạt và cắt múi
- Muối và hạt tiêu cho vừa ăn
- ⅓ cốc phô mai ricotta
- ¼ chén hạt thông, nướng
- ¼ chén hạt lựu
- 1 muỗng canh dầu ô liu

HƯỚNG DẪN:
CÁCH ĂN MẶC:
a) Đun sôi nhẹ tất cả nguyên liệu làm nước sốt trong 20-25 phút.
b) Cho phép làm mát trước khi phục vụ.

XA LÁT:
c) Kết hợp radicchio, bắp cải, hành tây, củ cải và rau xanh vào tô trộn.
d) Trộn nhẹ nhàng với muối, hạt tiêu và dầu ô liu.
e) Trên đĩa phục vụ, rải một thìa phô mai ricotta nhỏ.
f) Phủ hạt thông và hạt lựu lên trên và rưới thêm xi-rô màu cam đỏ.

70.Salad cá hồi mát lạnh của người yêu

THÀNH PHẦN:
- 1 bảng cá hồi vua hoặc coho nấu chín; vỡ thành từng mảnh
- 1 cái ly Cần tây thái lát
- ½ cốc Bắp cải thái nhỏ
- 1¼ cốc Sốt mayonnaise hoặc salad; (đến 1 ½)
- ½ cốc Thưởng thức đồ chua ngọt
- 1 muỗng canh Cải ngựa đã chế biến sẵn
- 1 muỗng canh Hành tây thái nhỏ
- ¼ thìa cà phê Muối
- 1 dấu gạch ngang Hạt tiêu
- Lá rau diếp; lá romaine, hoặc rau đắng
- Củ cải thái lát
- Thì là-dưa chua lát
- Bánh cuộn hoặc bánh quy giòn

HƯỚNG DẪN:

a) Dùng một tô trộn lớn, nhẹ nhàng trộn cá hồi, cần tây và bắp cải với nhau.

b) Trong một bát khác, trộn đều sốt mayonnaise hoặc nước sốt salad, dưa chua, cải ngựa, hành tây, muối và tiêu. Thêm nó vào hỗn hợp cá hồi và trộn đều. Đậy salad và để lạnh cho đến khi dùng (tối đa 24 giờ).

c) Xếp rau xanh vào bát salad. Đổ hỗn hợp cá hồi vào. Top với củ cải và dưa chua thì là. Ăn salad với bánh cuộn hoặc bánh quy giòn.

71. Bánh tráng nấm

THÀNH PHẦN:
- 1 muỗng canh dầu mè
- 2 tép tỏi, nghiền nát
- 1 thìa cà phê gừng xay
- 2 củ hẹ, thái hạt lựu
- 300g nấm nút, cắt nhỏ
- 40g bắp cải thái nhỏ
- 2 muỗng cà phê nước tương ít muối
- 16 tờ bánh tráng lớn
- 1 bó rau mùi tươi, hái lá
- 2 củ cà rốt vừa, gọt vỏ, thái hạt lựu
- 1 chén giá đỗ, cắt nhỏ
- Thêm nước tương ít muối để phục vụ

HƯỚNG DẪN:
CHUẨN BỊ NHÔM NẤM

a) Đun nóng dầu mè, tỏi nghiền và gừng nạo trong chảo rán trên lửa nhỏ trong 1 phút.
b) Thêm hẹ tây thái hạt lựu, nấm nút cắt nhỏ và bắp cải thái nhỏ vào chảo.
c) Tăng lửa lên mức trung bình và nấu trong 3 phút hoặc cho đến khi nguyên liệu vừa mềm.
d) Chuyển hỗn hợp đã nấu chín vào tô, thêm nước tương ít muối và để nguội.

LÀM MỀM TẤM GIẤY GẠO

e) Đổ đầy một bát lớn bằng nước ấm.
f) Lần lượt cho 2 tờ bánh tráng vào nước cho mềm khoảng 30 giây. Đảm bảo chúng trở nên mềm nhưng vẫn đủ cứng để xử lý.

LẮP RÁP CÁC CUỘN

g) Lấy những tờ giấy gạo đã mềm ra khỏi nước và để ráo nước. Đặt chúng trên một tấm ván phẳng .
h) Rắc lá ngò tươi lên từng tờ rồi kẹp với một tờ bánh tráng khác.
i) Phủ một thìa hỗn hợp nấm lên trên bánh tráng hai lớp, chú ý loại bỏ độ ẩm dư thừa.
j) Thêm cà rốt thái sợi và giá đỗ lên trên hỗn hợp nấm.
k) Gấp hai đầu bánh tráng lại và cuộn lại cho chắc.
l) Đặt cuộn đã chuẩn bị sang một bên và bọc nó bằng nhựa.
m) Lặp lại quy trình với các nguyên liệu còn lại để tạo ra nhiều cuộn hơn.
n) Dùng ngay Bánh tráng nấm với nước tương ít muối để chấm.

72. Salad Gnocchi Châu Á

THÀNH PHẦN:
- 1 pound gnocchi khoai tây
- 1 chén bắp cải thái nhỏ
- 1 cốc cà rốt, thái hạt lựu
- ½ chén đậu edamame, nấu chín
- ¼ chén hành lá, xắt nhỏ
- Hạt mè
- Nước sốt mè gừng
- Nước tương (tùy chọn)

HƯỚNG DẪN:

a) Nấu gnocchi theo hướng dẫn trên bao bì, sau đó để ráo nước và đặt sang một bên.

b) Trong một tô lớn, trộn gnocchi nấu chín, bắp cải cắt nhỏ, cà rốt thái sợi, đậu edamame nấu chín và hành lá xắt nhỏ.

c) Rưới nước sốt gừng vừng và đảo nhẹ nhàng để phủ đều nguyên liệu.

d) Rắc hạt mè lên trên.

e) Nếu muốn, có thể thêm một chút nước tương để tăng thêm hương vị.

f) Phục vụ món salad gnocchi châu Á như một lựa chọn sôi động và thơm ngon.

73. bánh bao bắp cải

THÀNH PHẦN:
- 1 gói giấy gói bánh bao
- ½ pound thịt lợn xay
- ½ chén bắp cải Napa, thái nhỏ
- ¼ chén hành lá, thái nhỏ
- 1 muỗng canh gừng, băm nhỏ
- 2 muỗng canh nước tương
- 1 muỗng canh dầu mè
- 1 thìa cà phê đường
- ½ muỗng cà phê muối
- ¼ thìa cà phê tiêu đen

HƯỚNG DẪN:

a) Trong một bát trộn, trộn thịt lợn xay, bắp cải Napa, hành lá, gừng, nước tương, dầu mè, đường, muối và tiêu đen. Trộn đều cho đến khi tất cả các thành phần được kết hợp đồng đều.
b) Lấy giấy gói bánh bao và đặt một thìa nhân thịt lợn vào giữa.
c) Nhúng ngón tay của bạn vào nước và làm ẩm các cạnh của giấy gói.
d) Gấp giấy gói làm đôi và ấn các cạnh lại với nhau để bịt kín, tạo thành hình bán nguyệt.
e) Lặp lại quy trình với các giấy gói và nhân bánh bao còn lại.
f) Mang một nồi nước lớn để đun sôi. Cho bánh bao vào nước sôi và nấu khoảng 5-7 phút cho đến khi bánh nổi lên mặt nước.
g) Xả bánh bao và dùng nóng với nước tương hoặc nước chấm yêu thích của bạn.

74. Bún xào Đài Loan

THÀNH PHẦN:
- 8 ounce mì gạo khô (mi fen)
- 2 muỗng canh dầu thực vật
- 2 tép tỏi, băm nhỏ
- 1 chén bắp cải thái nhỏ
- 1 chén giá đỗ
- ½ cốc cà rốt thái lát
- ½ chén ớt chuông xanh thái lát
- 2 muỗng canh nước tương
- 1 muỗng canh dầu hào
- ½ muỗng cà phê đường
- ¼ thìa cà phê tiêu trắng
- Hành lá cắt nhỏ (để trang trí)

HƯỚNG DẪN:
a) Nấu mì gạo theo hướng dẫn trên bao bì. Xả và đặt sang một bên.
b) Đun nóng dầu thực vật trong chảo hoặc chảo lớn trên lửa vừa cao.
c) Thêm tỏi băm vào xào khoảng 1 phút cho đến khi có mùi thơm.
d) Cho bắp cải thái nhỏ, giá đỗ, cà rốt thái lát và ớt chuông xanh vào chảo. Xào khoảng 2-3 phút cho đến khi rau hơi mềm.
e) Đẩy rau sang một bên chảo và thêm bún đã nấu chín vào mặt trống.
f) Trong một bát nhỏ, trộn nước tương, dầu hào, đường và tiêu trắng. Đổ nước sốt này lên mì.
g) Xào mọi thứ với nhau thêm 2-3 phút nữa cho đến khi mì được phủ đều nước sốt và đun nóng.
h) Trang trí với hành lá xắt nhỏ.
i) Phục vụ Tsao Mi Fun nóng hổi dùng làm món chính hoặc món phụ.

75. bắp cải và Bánh Edamame

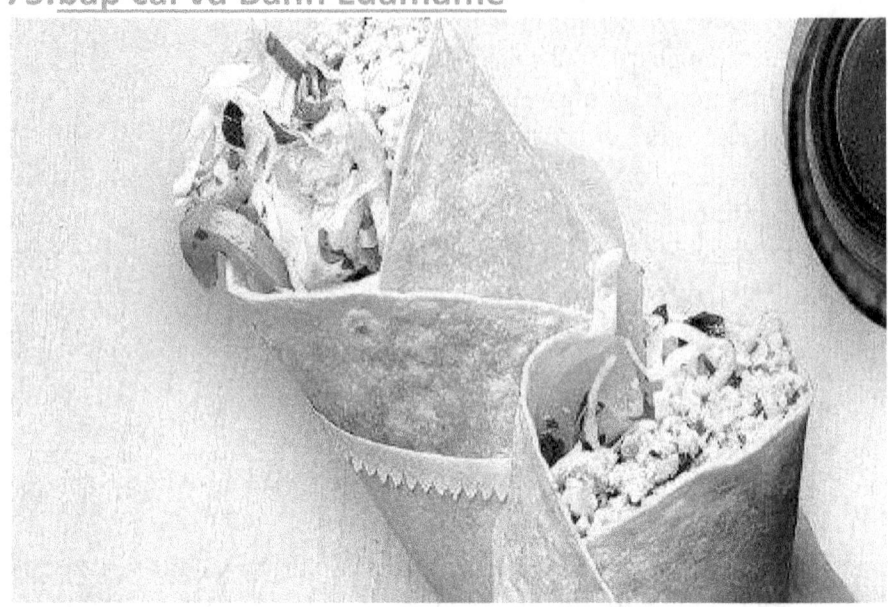

THÀNH PHẦN:
- 6 muỗng canh Edamame hummus
- 2 bánh bột mì
- ½ chén cà rốt và bắp cải thái nhỏ
- 1 chén rau bina tươi
- 6 lát cà chua
- 2 muỗng canh nước sốt salad nữ thần xanh

HƯỚNG DẪN:
a) Rải hummus lên từng chiếc bánh tortilla.
b) Lớp với bắp cải và cà rốt, rau bina và cà chua.
c) Mưa phùn với mặc quần áo.
d) Cuộn lại thật chặt.
e) Làm ấm trong lò vi sóng trong 2 phút.

76. Cơm Chiên Trứng Trong Cốc

THÀNH PHẦN:
- 1 chén gạo thơm nấu chín
- 2 thìa đậu Hà Lan đông lạnh
- 2 muỗng canh ớt đỏ xắt nhỏ
- ½ cọng hành lá, thái lát
- 1 nhúm giá đỗ xanh
- 1 nhúm bắp cải tím thái nhỏ
- 1 quả trứng
- 1 muỗng canh nước tương ít natri
- ½ muỗng cà phê dầu mè
- ½ thìa cà phê bột hành
- ¼ thìa cà phê bột ngũ vị hương

HƯỚNG DẪN:
a) Đặt cơm vào cốc.
b) Xếp đậu Hà Lan, ớt đỏ, hành lá, giá đỗ xanh và bắp cải lên trên.
c) Đậy cốc bằng màng dính.
d) Dùng dao chọc thủng các lỗ trên màng.
e) Lò vi sóng ở mức cao nhất trong 1 phút 15 giây.
f) Trong lúc đó, đánh trứng và trộn với nước tương, dầu mè, bột hành và bột ngũ vị hương.
g) Đổ hỗn hợp trứng vào cốc rồi khuấy đều với rau và cơm
h) Đậy cốc bằng màng dính một lần nữa và cho vào lò vi sóng trong 1 phút 15 giây đến 1 phút 30 giây.
i) Lấy cốc ra khỏi lò vi sóng và khuấy đều mọi thứ.
j) Để cơm rang trong một phút để nấu xong.
k) Dùng nĩa xới cơm lên và thưởng thức.

77. Lasagna bắp cải

THÀNH PHẦN:
- 2 pound thịt bò xay
- 1 củ hành tây; băm nhỏ
- 1 quả ớt xanh; băm nhỏ
- 1 bắp cải cỡ vừa; cắt nhỏ
- 1 thìa cà phê lá oregano
- 1 thìa cà phê muối
- ⅛ muỗng cà phê Tiêu
- 18 ounce bột cà chua; HOẶC
- Bột cà chua với gia vị Ý
- 8 ounce phô mai Mozzarella; cắt lát

HƯỚNG DẪN:

a) Xào thịt bò xay, hành tây và ớt xanh cho đến khi thịt có màu nâu. Thoát nước tốt.

b) Trong khi đó, luộc bắp cải cho đến khi mềm, 2-5 phút. Kết hợp 2 cốc bắp cải dạng lỏng với lá oregano, muối, tiêu và bột cà chua.

c) Đun nhỏ lửa hoặc cho vào lò vi sóng trong 5 phút. Thêm hỗn hợp thịt-rau. Đun nhỏ lửa thêm 5 phút nữa. Múc một nửa hỗn hợp cà chua-thịt vào chảo 13x9". Xếp bắp cải đã ráo nước lên trên nước sốt, sau đó là phần nước sốt còn lại. Phủ phô mai cắt lát lên trên.

d) Nướng ở 400 F. trong 25-40 phút. Phô mai có thể được thêm vào trong 5-10 phút cuối cùng. Có thể cho vào lò vi sóng một lúc rồi cho vào lò nướng để rút ngắn thời gian nấu.

78. Okonomiyaki bắp cải Nhật Bản

THÀNH PHẦN:
- 2 chén bắp cải, thái nhỏ
- 1 cốc bột mì đa dụng
- ¾ cốc nước
- 2 quả trứng lớn
- ½ chén hành lá xắt nhỏ
- ½ chén thịt xông khói hoặc tôm nấu chín cắt nhỏ (tùy chọn)
- ¼ cốc sốt mayonaise
- 2 muỗng canh sốt Worcestershire
- 1 muỗng canh nước tương
- Cá ngừ bào (cá khô) và gừng ngâm chua để phục vụ

HƯỚNG DẪN:

a) Trong một tô lớn, trộn bắp cải, bột mì, nước, trứng, hành lá và thịt xông khói hoặc tôm đã nấu chín (nếu dùng). Trộn đều.

b) Đun nóng chảo chống dính hoặc vỉ nướng trên lửa vừa và bôi nhẹ dầu mỡ.

c) Đổ ¼ cốc bột vào chảo và dàn thành hình tròn.

d) Nấu khoảng 3-4 phút cho đến khi mặt dưới có màu vàng nâu thì lật mặt và nấu thêm 3-4 phút nữa.

e) Lặp lại với các pin còn lại. Phục vụ món okonomiyaki rưới sốt mayonnaise, sốt Worcestershire và nước tương. Rắc cá ngừ bào và ăn kèm với gừng ngâm.

79. Gỏi Bưởi Bắp Cải Đỏ

THÀNH PHẦN:
- 4 chén bắp cải đỏ thái lát mỏng
- 2 cốc bưởi cắt múi
- 3 thìa nam việt quất khô
- 2 muỗng canh hạt bí ngô

HƯỚNG DẪN:

a) các nguyên liệu salad vào tô trộn lớn và trộn đều.

80. Gyoza bắp cải và thịt lợn

THÀNH PHẦN:

- 1 pound (454 g) thịt lợn xay
- 1 đầu bắp cải Napa (khoảng 1 pound / 454 g), thái lát mỏng và băm nhỏ
- ½ chén hành lá băm
- 1 muỗng cà phê hẹ tươi băm nhỏ
- 1 thìa cà phê nước tương
- 1 muỗng cà phê gừng tươi băm nhỏ
- 1 thìa tỏi băm
- 1 thìa cà phê đường cát
- 2 thìa cà phê muối kosher
- 48 đến 50 hoành thánh hoặc giấy gói bánh bao
- Xịt nấu ăn

HƯỚNG DẪN

a) Xịt bình xịt nấu ăn vào giỏ nồi chiên không dầu. Để qua một bên.

b) Làm nhân: Trộn tất cả nguyên liệu, trừ phần vỏ vào một tô lớn. Khuấy đều để trộn đều.

c) Mở giấy gói ra trên một bề mặt sạch sẽ, sau đó chấm một ít nước lên các cạnh. Múc 2 thìa cà phê hỗn hợp nhân vào giữa.

d) Làm gyoza : Gấp lớp bọc lại để làm đầy và ấn các cạnh để bịt kín. Gấp nếp các cạnh nếu muốn. Lặp lại với các giấy gói và phần nhân còn lại.

e) Xếp các miếng gyoza vào chảo và xịt bình xịt nấu ăn.

f) Đặt giỏ nồi chiên không dầu lên khay nướng và trượt vào Giá đỡ Vị trí 2, chọn Air Fry, đặt nhiệt độ thành 360°F (182°C) và đặt thời gian thành 10 phút.

g) Lật gyozas trong nửa thời gian nấu.

h) Khi nấu chín, gyozas sẽ có màu nâu vàng.

i) Phục vụ ngay lập tức.

81. Súp hoành thánh chay

THÀNH PHẦN:
- Giấy gói hoành thánh
- 1/2 chén nấm xắt nhỏ
- 1/2 chén cà rốt xắt nhỏ
- 1/2 chén cần tây xắt nhỏ
- 1/2 chén bắp cải xắt nhỏ
- 1/4 chén hành lá xắt nhỏ
- 2 tép tỏi, băm nhỏ
- 1 muỗng canh nước tương
- 1 muỗng canh dầu mè
- 6 chén nước luộc rau

HƯỚNG DẪN

a) Trong chảo, xào nấm, cà rốt, cần tây, bắp cải, hành lá và tỏi trong vài phút.

b) Thêm nước tương và dầu mè vào, tiếp tục nấu cho đến khi rau mềm.

c) Đặt một thìa nhỏ hỗn hợp rau vào giữa mỗi gói hoành thánh.

d) Làm ướt các mép của màng bọc hoành thánh bằng nước, gấp làm đôi và ấn chặt lại.

e) Trong nồi, đun sôi nước luộc rau.

f) Cho hoành thánh vào nồi và nấu trong 5-7 phút hoặc cho đến khi chúng nổi lên mặt nước.

g) Ăn nóng.

82. Tacos cá bắp cải

THÀNH PHẦN:
- 1 pound cá trắng, chẳng hạn như cá tuyết hoặc cá rô phi
- 1/2 cốc nước ép dứa
- 1/2 cốc nước cốt dừa
- 1 muỗng canh rượu rum đen
- 1 muỗng canh dầu ô liu
- 1/2 muỗng cà phê thì là xay
- 1/2 thìa cà phê ớt bột
- 1/2 thìa cà phê bột tỏi
- 1/2 thìa cà phê muối
- 1/4 thìa cà phê tiêu đen
- Bánh ngô
- Bắp cải xắt nhuyễn
- Miếng dứa
- Dừa nạo không đường
- Rau mùi để trang trí

HƯỚNG DẪN

a) Trong một tô trộn, trộn đều nước ép dứa, nước cốt dừa, rượu rum đen, dầu ô liu, thì là, ớt bột, bột tỏi, muối và tiêu đen.
b) Thêm cá vào tô trộn và trộn đều.
c) Đậy bát và ướp trong tủ lạnh ít nhất 30 phút.
d) Làm nóng lò nướng ở nhiệt độ trung bình cao.
e) Nướng cá trong 2-3 phút mỗi mặt cho đến khi cá chín.
f) Làm nóng bánh ngô trên vỉ nướng.
g) 7. Xếp bánh taco bằng cách đặt một vài miếng cá lên mỗi chiếc bánh tortilla và phủ bắp cải thái nhỏ, dứa cắt miếng, dừa vụn không đường và ngò lên trên.
h) Phục vụ ngay lập tức.

83. Crostini thịt lợn thăn với salad bắp cải

THÀNH PHẦN:
- 2 muỗng canh dầu ô liu
- 2 tép tỏi, băm nhỏ
- ½ muỗng cà phê muối
- ¼ thìa cà phê tiêu đen
- 1 miếng thịt thăn lợn, cắt nhỏ
- 1 bánh mì baguette kiểu Pháp, cắt thành lát ½ inch
- 3 muỗng canh bơ, tan chảy
- 2 ounce phô mai kem, làm mềm
- 2 muỗng canh sốt mayonaise
- 2 thìa cà phê húng tây tươi cắt nhỏ, cộng thêm để trang trí

Salad táo và bắp cải
- 3 muỗng canh dầu ô liu
- ½ quả táo Granny Smith nhỏ, thái lát mỏng
- 2 ½ chén bắp cải đỏ thái nhỏ
- 2 muỗng canh giấm balsamic
- ¼ thìa cà phê muối
- ¼ thìa cà phê tiêu đen

HƯỚNG DẪN:
a) Kết hợp 2 muỗng canh dầu ô liu, tỏi, muối và hạt tiêu vào một bát vừa.
b) Thêm thịt lợn và chuyển sang áo khoác.
c) Đậy lại bằng màng bọc thực phẩm và để ướp trong 20 phút ở nhiệt độ phòng.
d) Làm nóng lò trước ở 350 độ.
e) Đun nóng một chiếc chảo lớn dùng được cho lò nướng trên lửa vừa cao. Thêm thịt lợn và áp chảo tất cả các mặt.
f) Chuyển chảo vào lò nướng và nướng thịt lợn trong 15-20 phút.
g) Thịt lợn nguội hoàn toàn và cắt thành lát ¼ inch.
h) Kết hợp phô mai kem, mayo và húng tây vào một bát nhỏ và khuấy đều cho đến khi mịn. Để qua một bên.

Salad táo và bắp cải
i) Đun nóng 3 muỗng canh dầu ô liu trong chảo.
j) Thêm táo và nấu trong 1 phút, khuấy thường xuyên.
k) Thêm bắp cải và nấu trong 5 phút.
l) Thêm giấm, muối và hạt tiêu vào nấu trong 4 đến 5 phút, khuấy thường xuyên cho đến khi chất lỏng bay hơi.

ĐỂ LẮP RÁP:
m) Quét bơ tan chảy lên cả hai mặt của lát bánh mì baguette.
n) Nướng ở nhiệt độ 350 trong 10 đến 12 phút, cho đến khi có màu nâu nhạt xung quanh các cạnh.
o) Trải hỗn hợp kem phô mai lên một mặt của mỗi lát bánh mì.
p) Phủ 1 đến 2 lát thịt lợn lên trên.
q) Xếp bắp cải đỏ lên trên.

84. Bát Açaí với đào và bắp cải Microgreen

THÀNH PHẦN:
- ½ chén bắp cải Microgreen
- 1 quả chuối đông lạnh
- 1 cốc quả mọng đỏ đông lạnh
- 4 thìa bột Açaí
- ¾ cốc nước cốt hạnh nhân hoặc dừa
- ½ cốc sữa chua Hy Lạp nguyên chất
- ¼ thìa cà phê chiết xuất hạnh nhân

TRÌNH BÀY:
- Dừa nướng vụn
- Những lát đào tươi
- Granola hoặc các loại hạt/hạt nướng
- Mưa phùn mật ong

HƯỚNG DẪN:

a) Trộn sữa và sữa chua trong máy xay lớn, tốc độ cao. Thêm trái cây đông lạnh Açaí , rau cải bắp cải và chiết xuất hạnh nhân.

b) Tiếp tục trộn ở mức thấp cho đến khi mịn, chỉ thêm chất lỏng bổ sung nếu cần. Nó phải DÀY và mịn như kem!

c) Chia sinh tố thành hai bát và phủ lên trên tất cả các loại đồ ăn kèm yêu thích của bạn.

85. Salad trái cây và bắp cải

THÀNH PHẦN:
- 2 quả cam , gọt vỏ và cắt thành từng phần
- 2 quả táo , xắt nhỏ
- 2 chén bắp cải xanh , thái nhỏ
- 1 cốc nho xanh không hạt
- ½ cốc kem tươi
- 1 thìa đường
- 1 thìa nước cốt chanh
- ¼ thìa cà phê muối
- ¼ chén sốt Mayonnaise/salad

HƯỚNG DẪN:
a) Cho cam, táo, bắp cải và nho vào tô.
b) Đánh kem tươi trong tô lạnh cho đến khi cứng lại. Trộn kem đánh bông, đường, nước cốt chanh và muối vào sốt mayonnaise.
c) Khuấy vào hỗn hợp trái cây.

86. Salad Nhung Đỏ Với Củ Dền Và Mozzarella

THÀNH PHẦN:
- ½ bắp cải đỏ
- ½ nước cốt chanh
- 3 thìa nước ép củ cải đường
- 3 muỗng canh xi-rô cây thùa
- 3 củ cải nấu chín
- 150 gr phô mai Mozzarella viên nhỏ
- 2 thìa hẹ thái nhỏ
- 2 thìa hạt thông rang

HƯỚNG DẪN:
a) Cắt bắp cải đỏ bằng dụng cụ gọt vỏ thành những sợi nhỏ.
b) Lấy một cái bát trộn và trộn nước ép củ cải đường với 2 muỗng canh xi-rô cây thùa và nước cốt của nửa quả chanh.
c) Trộn hỗn hợp này với bắp cải đỏ thái lát và để ướp trong nửa giờ.
d) Sau đó, bạn để bắp cải ráo nước vào rây.
e) Từ củ cải đỏ nấu chín, bạn sẽ có được những viên nhỏ bằng thìa Parisienne .
f) Rắc những quả bóng này với 1 muỗng canh xi-rô cây thùa.
g) Rang hạt thông trong chảo cho đến khi chúng có màu vàng nâu. Cho bắp cải đỏ đã ráo nước vào đĩa.
h) Đặt củ cải đỏ và viên Mozzarella lên trên. Chia hạt thông và hẹ thái nhỏ lên trên.

87. Bắp Cải Và Nước Cam

THÀNH PHẦN:
- 1 quả táo xanh
- 1 quả cam
- 1 muỗng cà phê bột Spirulina
- 4 lá bắp cải tím

HƯỚNG DẪN:
a) Táo xanh bỏ lõi và gọt vỏ cam.
b) Chuyển chúng vào máy ép trái cây cùng với bắp cải và bột Spirulina.
c) Nước trái cây và phục vụ ngay lập tức.

88. Canh bắp cải rong biển chiên giòn

THÀNH PHẦN:
- 4 thìa bơ
- 1 cốc khoai tây, gọt vỏ và cắt nhỏ
- ¾ chén hành tây xắt nhỏ
- Muối và hạt tiêu đen mới xay
- 3¾ cốc nước luộc gà nhẹ tự làm
- 3½ chén lá bắp cải non cắt nhỏ
- ¼ cốc kem
- Rong biển giòn
- bắp cải savoy
- Dầu để chiên
- Muối
- Đường

HƯỚNG DẪN:
a) Đun chảy bơ trong chảo nặng. Khi nó sủi bọt, thêm khoai tây và hành tây vào rồi cho vào bơ cho đến khi phủ đều. Rắc muối và hạt tiêu. Che và đổ mồ hôi ở nhiệt độ thấp trong 10 phút. Thêm nước kho và nấu cho đến khi khoai tây mềm.

b) Thêm bắp cải vào và nấu, không đậy nắp cho đến khi bắp cải vừa chín - khoảng 4 đến 5 phút. Đậy nắp vẫn giữ được màu xanh.

c) Để làm rong biển giòn, hãy loại bỏ các lá bên ngoài của bắp cải và cắt bỏ phần cuống. Cuộn lá thành hình điếu xì gà và dùng dao thật sắc cắt thành từng miếng mỏng nhất có thể. Đun nóng dầu trong nồi chiên sâu đến 350 độ F. Cho một ít bắp cải vào và nấu chỉ trong vài giây. Ngay khi nó bắt đầu giòn, hãy lấy nó ra và để ráo trên khăn giấy.

d) Rắc muối và đường. Quăng và dùng như một món trang trí cho món súp hoặc chỉ nhấm nháp.

e) Nghiền súp trong máy xay sinh tố hoặc máy chế biến thực phẩm. Nếm thử và điều chỉnh gia vị.

f) Thêm kem trước khi phục vụ. Ăn riêng hoặc với một ít rong biển giòn ở trên.

89. Gỏi Bắp Lưu

THÀNH PHẦN:
- 1 chén bắp cải – bào sợi
- ½ quả lựu, bỏ hạt
- ¼ muỗng canh hạt mù tạt
- ¼ muỗng canh hạt thì là
- 4-5 lá cà ri
- Kẹp asafoetida
- 1 muỗng canh dầu
- Muối và đường cho vừa ăn
- Nước chanh để nếm thử
- Lá rau mùi tươi

HƯỚNG DẪN:
a) Kết hợp lựu và bắp cải.
b) Đun nóng hạt mù tạt trong chảo với dầu.
c) Thêm hạt thì là, lá cà ri và asafoetida vào chảo.
d) Trộn hỗn hợp gia vị với bắp cải.
e) Thêm đường, muối và nước cốt chanh vào rồi trộn đều.
f) Phục vụ trang trí với rau mùi.

90. Gỏi Bò Với Quả Kỷ Tử Ngâm

THÀNH PHẦN:
- 2 miếng bít tết mắt sườn
- Nước sốt hạt điều

ĐỐI VỚI MÓN ƯỚP:
- Vỏ của 2 quả chanh
- 3 thìa nước cốt chanh
- 2 tép tỏi, băm nhỏ
- 1 muỗng canh gừng tươi xay
- 1 thìa mật ong
- 2 muỗng cà phê nước mắm
- 1 muỗng canh dầu mè nướng
- 2 muỗng canh dầu thực vật

ĐỐI VỚI QUÁ GOJI NGỪA:
- 3 muỗng canh giấm táo, hâm nóng
- 2 thìa cà phê mật ong
- ½ thìa cà phê muối mịn
- ⅓ cốc quả Goji

CHO MÓN SALAD:
- 4 quả dưa chuột nhỏ, thái lát mỏng
- 1 bắp cải tím nhỏ, thái nhỏ
- 1 bắp cải xanh nhỏ, thái nhỏ
- 2 củ cà rốt, gọt vỏ và cạo mỏng
- 4 củ hành lá, thái nhỏ
- 1 quả ớt đỏ, bỏ hạt và thái lát mỏng
- ½ cốc mỗi loại, bạc hà tươi, rau mùi và húng quế
- 2 muỗng canh hạt vừng rang, để hoàn thành
- ¼ muỗng cà phê ớt đỏ khô

HƯỚNG DẪN:

a) Đối với nước xốt, cho tất cả nguyên liệu vào tô trộn nhỏ và đánh đều để kết hợp.

b) Đặt miếng bít tết vào đĩa không phản ứng. Rắc hơn một nửa nước xốt. Đậy nắp và cho vào tủ lạnh để ướp trong vài giờ. Giữ lại nước xốt dành riêng để trộn salad.

c) Đối với quả goji ngâm, trộn tất cả nguyên liệu vào một cái bát. Để 30 phút cho chín.

d) Để bít tết đã ướp ở nhiệt độ phòng trước khi nướng. Đun nóng vỉ nướng nông đặc trưng bằng gang đúc Le Creuset 30 cm cho đến khi nóng. Nướng bít tết ở mức vừa phải trong 3-4 phút. Lật và nấu thêm 3 phút nữa hoặc cho đến khi chín theo ý thích của bạn. Nghỉ 5-7 phút trước khi cắt lát.

e) nguyên liệu salad , trừ hạt mè, vào tô lớn. Thêm nước xốt dành riêng và trộn nhẹ để phủ. Chuyển món salad vào đĩa phục vụ. Xếp bít tết thái lát lên món salad. Rắc hạt vừng lên và dùng kèm với nước sốt hạt điều.

91.Súp bắp cải củ cải

THÀNH PHẦN:
- 1 bắp cải Med; thái lát hoặc nêm
- 3 củ tỏi; đinh hương băm nhỏ
- Củ cải đường; bó
- 3 củ cà rốt; một vài
- 1 lít hành tây
- 2 cần tây; cuống cắt làm 3
- 3 pound Xương; xương thịt/tủy
- 2 quả chanh
- 2 lon Cà Chua; không thoát nước

HƯỚNG DẪN:

a) Cho thịt và xương vào nồi kho 8 hoặc 12 qt. Cho cà chua vào lon, đổ ngập nước và đun sôi.

b) Trong lúc chờ đợi, hãy chuẩn bị sẵn rau củ. Cắt lát củ cải và cà rốt, những loại khác để nguyên củ. Khi nước sôi thì hớt bỏ phần trên.

c) Cho củ cải, cà rốt, tỏi và các loại rau khác vào. Vặn lửa nhỏ xuống và đậy nắp lệch.

d) Sau khoảng một giờ, cho tỏi và đường vào.

92. Bắp cải đỏ với hoa cúc

THÀNH PHẦN:
- 1 bắp cải đỏ, bỏ lõi và thái mỏng
- ¼ cốc bơ
- 1 củ hành tây, thái khoanh
- 2 quả táo lớn, gọt vỏ, bỏ lõi, thái lát mỏng
- 2 thìa cánh hoa cúc vàng
- 2 thìa đường nâu
- Nước lạnh
- 4 muỗng canh giấm rượu vang đỏ
- Muối biển
- Hạt tiêu
- Bơ
- Cánh hoa cúc tươi

HƯỚNG DẪN:
a) Chần bắp cải đỏ trong nước sôi trong 1 phút.
b) Xả, làm mới và đặt sang một bên. Đun nóng bơ trong chảo, cho hành tây vào phi thơm trong 4 phút cho đến khi mềm.
c) Khuấy các lát táo và nấu thêm 1 phút nữa.
d) Cho bắp cải vào nồi sâu lòng chống cháy có nắp đậy kín.
e) Trộn hành tây, táo và cánh hoa cúc vào, đảo đều các nguyên liệu để chúng được phủ đều bơ.
f) Rắc đường lên rồi đổ nước và giấm vào. Nêm nhẹ.
g) Nấu trên lửa nhỏ hoặc trong lò nướng ở nhiệt độ 325F/170/gas 3 trong 1½ - 2 giờ cho đến khi bắp cải mềm.
h) Ngay trước khi dùng, hãy thêm một ít bơ và vài cánh hoa cúc tươi.

93.Bắp cải xào

THÀNH PHẦN:
- 1 bắp cải nhỏ, thái nhỏ
- 1 củ cà rốt, thái hạt lựu
- 1 quả ớt chuông, thái lát mỏng
- 2 tép tỏi, băm nhỏ
- 2 muỗng canh nước tương
- 1 muỗng canh dầu mè
- 1 muỗng canh dầu thực vật
- Muối và hạt tiêu cho vừa ăn

HƯỚNG DẪN:
a) Đun nóng dầu thực vật trong chảo trên lửa vừa.
b) Thêm tỏi băm vào xào cho đến khi có mùi thơm.
c) Thêm bắp cải thái nhỏ, cà rốt thái sợi và ớt chuông thái lát. Xào khoảng 5-7 phút cho đến khi rau củ mềm và giòn.
d) Rưới nước tương và dầu mè lên rau, đảo đều.
e) Nêm muối và hạt tiêu cho vừa ăn.
f) Ăn nóng và thưởng thức!

94. bắp cải dồn thịt

THÀNH PHẦN:
- 1 bắp cải lớn
- 1 lb thịt bò xay
- 1 chén cơm nấu chín
- 1 củ hành tây, thái nhỏ
- 1 lon sốt cà chua
- 1 thìa cà phê gia vị Ý
- Muối và hạt tiêu cho vừa ăn

HƯỚNG DẪN:
a) Luộc lá bắp cải cho đến khi dẻo rồi để nguội và để sang một bên.
b) Trong một bát, trộn thịt bò xay, cơm chín, hành tây xắt nhỏ, gia vị Ý, muối và tiêu.
c) Múc một thìa hỗn hợp lên từng lá bắp cải rồi cuộn chặt lại.
d) Xếp các cuộn bánh vào khay nướng, rưới nước sốt cà chua lên trên.
e) Nướng ở nhiệt độ 350°F (175°C) trong 30-40 phút.
f) Ăn kèm với nước sốt bổ sung và thưởng thức!

95. Súp bắp cải xúc xích

THÀNH PHẦN:
- 1/2 đầu bắp cải, xắt nhỏ
- 1 lb xúc xích hun khói, thái lát
- 1 củ hành tây, thái hạt lựu
- 2 củ cà rốt, thái lát
- 3 tép tỏi, băm nhỏ
- 4 chén nước luộc gà
- 1 lon cà chua thái hạt lựu
- 1 muỗng cà phê húng tây khô
- Muối và hạt tiêu cho vừa ăn

HƯỚNG DẪN:

a) Trong một cái nồi lớn, xào xúc xích cho đến khi chín vàng.
b) Thêm hành và tỏi, nấu cho đến khi mềm.
c) Khuấy bắp cải, cà rốt, nước luộc gà, cà chua thái hạt lựu, húng tây, muối và hạt tiêu.
d) Đun nhỏ lửa trong 20-25 phút cho đến khi rau mềm.
e) Điều chỉnh gia vị và dùng nóng.

96. Salad bắp cải sốt chanh

THÀNH PHẦN:
- 1/2 đầu bắp cải đỏ, thái lát mỏng
- 1 cốc cà rốt thái nhỏ
- 1/4 chén mùi tây tươi xắt nhỏ
- 1/4 chén dầu ô liu
- Nước ép của 1 quả chanh
- 1 thìa mật ong
- Muối và hạt tiêu cho vừa ăn

HƯỚNG DẪN:

a) Trong một tô lớn, trộn bắp cải thái lát, cà rốt thái nhỏ và rau mùi tây cắt nhỏ.

b) Trong một bát nhỏ, trộn đều dầu ô liu, nước cốt chanh, mật ong, muối và hạt tiêu.

c) Đổ nước sốt lên hỗn hợp bắp cải và trộn đều.

d) Làm lạnh trong 30 phút trước khi phục vụ.

97. Cà ri bắp cải và khoai tây

THÀNH PHẦN:

- 1 bắp cải nhỏ, xắt nhỏ
- 3 củ khoai tây, gọt vỏ và thái hạt lựu
- 1 củ hành tây, thái nhỏ
- 2 quả cà chua, thái hạt lựu
- 2 thìa bột cà ri
- 1 thìa cà phê hạt thì là
- 1 thìa cà phê nghệ
- 1 cốc nước cốt dừa
- Muối để nếm

HƯỚNG DẪN:

a) Trong chảo, đun nóng dầu và thêm hạt thì là. Khi chúng bắn tung tóe, thêm hành tây xắt nhỏ và xào cho đến khi vàng nâu.
b) Thêm bột cà ri và bột nghệ, khuấy đều trong một phút.
c) Thêm khoai tây và cà chua thái hạt lựu vào, nấu cho đến khi khoai tây hơi mềm.
d) Thêm bắp cải xắt nhỏ, nước cốt dừa và muối. Đậy nắp và đun nhỏ lửa cho đến khi rau chín.
e) Ăn nóng với cơm hoặc bánh mì.

98. Bắp Cải Và Tôm Xào

THÀNH PHẦN:
- 1 bắp cải nhỏ, thái lát mỏng
- 1 lb tôm, bóc vỏ và bỏ chỉ
- 1 quả ớt chuông đỏ, thái lát
- 2 muỗng canh nước tương
- 1 muỗng canh dầu hào
- 1 muỗng canh gừng, băm nhỏ
- 2 muỗng canh dầu thực vật
- Hành xanh để trang trí

HƯỚNG DẪN:
a) Đun nóng dầu thực vật trong chảo hoặc chảo lớn.
b) Thêm gừng băm và ớt chuông thái lát vào xào trong 2 phút.
c) Thêm tôm và nấu cho đến khi chúng chuyển sang màu hồng.
d) Cho bắp cải thái mỏng vào xào cho đến khi bắp cải mềm giòn.
e) Rưới nước tương và dầu hào lên món xào, đảo đều.
f) Trang trí với hành lá và dùng với cơm.

99. Bắp cải xào nấm

THÀNH PHẦN:
- 1 bắp cải nhỏ, thái lát mỏng
- 1 chén nấm, thái lát
- 1 củ hành đỏ, thái lát mỏng
- 3 muỗng canh nước tương
- 1 muỗng canh giấm gạo
- 1 muỗng canh dầu mè
- 1 thìa cà phê đường
- 2 muỗng canh dầu thực vật

HƯỚNG DẪN:

a) Đun nóng dầu thực vật trong chảo hoặc chảo.
b) Thêm nấm thái lát và hành tím vào, xào cho đến khi nấm nhả nước.
c) Thêm bắp cải thái mỏng vào và tiếp tục xào cho đến khi rau mềm.
d) Trong một bát nhỏ, trộn nước tương, giấm gạo, dầu mè và đường. Đổ rau lên và trộn đều.
e) Ăn nóng như một món ăn phụ hoặc trên cơm.

100. Gỏi Bắp Cải Và Đậu Phộng

THÀNH PHẦN:
- 1/2 đầu bắp cải đỏ, thái nhỏ
- 1 cốc cà rốt thái nhỏ
- 1/2 chén đậu phộng xắt nhỏ
- 2 muỗng canh nước tương
- 1 muỗng canh giấm gạo
- 1 muỗng canh dầu mè
- 1 thìa cà phê mật ong
- Rau mùi cắt nhỏ để trang trí

HƯỚNG DẪN:

a) Trong một tô lớn, trộn bắp cải đỏ thái nhỏ và cà rốt thái nhỏ.
b) Trong một bát nhỏ, trộn đều nước tương, giấm gạo, dầu mè và mật ong.
c) Đổ nước sốt lên hỗn hợp bắp cải, đảo đều cho đến khi phủ đều.
d) Rắc đậu phộng cắt nhỏ và ngò lên trên.
e) Làm lạnh trong 30 phút trước khi phục vụ.

PHẦN KẾT LUẬN

Khi chúng tôi kết thúc hành trình đầy hương vị của mình thông qua "Sách dạy nấu ăn Kimchi và Bắp cải tốt cho sức khỏe", chúng tôi hy vọng bạn đã trải nghiệm niềm vui khi kết hợp bắp cải giàu dinh dưỡng và hương vị đậm đà của kim chi vào tiết mục ẩm thực của mình. Mỗi công thức trong các trang này là sự tôn vinh các loại bắp cải đa dạng và sức mạnh biến đổi của quá trình lên men—một minh chứng cho những khả năng thơm ngon và tốt cho sức khỏe đang chờ đợi trong nhà bếp của bạn.

Cho dù bạn đã thưởng thức vị ngon cổ điển của kim chi bắp cải Napa, thử nghiệm với kim chi bắp cải đỏ sáng tạo hay yêu thích sự linh hoạt của bắp cải Savoy trong các biến thể kim chi, chúng tôi tin rằng 100 công thức nấu ăn này sẽ khơi dậy niềm đam mê khám phá thế giới bắp cải và kim chi của bạn. Ngoài nguyên liệu và kỹ thuật, mong rằng khái niệm cải bắp tốt cho sức khỏe và cách làm kim chi sẽ trở thành nguồn cảm hứng, biến căn bếp của bạn trở thành trung tâm của những sáng tạo bổ dưỡng và đầy hương vị.

Khi bạn tiếp tục khám phá thế giới bắp cải và kim chi, mong rằng "Sách dạy nấu ăn Kimchi và bắp cải tốt cho sức khỏe" sẽ là người bạn đồng hành đáng tin cậy của bạn, hướng dẫn bạn nhiều lựa chọn ngon miệng mang lại sự ngon lành của những nguyên liệu này cho bàn ăn của bạn. Đây là để kỷ niệm hành trình lành mạnh và đầy hương vị qua bắp cải và kim chi — chúc bạn ngon miệng!

www.ingramcontent.com/pod-product-compliance
Lightning Source LLC
LaVergne TN
LVHW021705060526
838200LV00050B/2519